విన్నపము.

అభినవాంధ్రభోజుఁ డనందగు శ్రీ పిఠాపురము రాజాగారు నూతనముగా నీసంవత్సరమునుండి యేర్పాటుఁజేసిన యాంధ్రప్రబంధపరీక్షకుఁ బంపునిమిత్తము మిక్కిలి యుత్సాహముతో నీప్రబంధమును రచించితిని. నాగృహకృత్యములయందుఁ గొన్ని యనివార్యములు తటస్థించినందున ఆగస్టు 5 వ తేదిని బ్రారంభించి యీ ప్రబంధమును 26 వ తేది రాత్రి 8 ఘంటలకు ముగింపఁగలిగితిని. కాని నియమితదినమునకంటె నొకదిన మాలస్యమైనందున నాయీ ప్రబంధమునకు నాపరీక్షలోఁ జేరు సౌభాగ్యము గలిగినదికాదు. కాఁబట్టి దీనిని నేను స్వతంత్రించి ముద్రింపించితిని. ఏలాగైననేమి శ్రీరాజాగారి ప్రకటనయే నాకీప్రబంధమును రచించుటకుఁ బ్రోత్సాహమును గల్గించినది గనుక నేనెంతయు శ్రీవారికిఁ గృతజ్ఞుఁడ నై యున్నాఁడను. దీనిం జదువువారు దీనియందలి గుణములనుమాత్రము గ్రహియించి దోషంబులను బరిత్యజింతురుగాక!

ఇట్లు విన్నవించు
సజ్జనసేవకుఁడు
ఆ. సోమనాథరావు.

పిఠాపురము
1-9-11

శ్రీ

విజయేంద్రవిజయము.

ప్రథమాశ్వాసము.

శ్రీకరుణా సుధారసముఁ • జిహ్వసరోజము[illegible]ంద [illegible]గా
శోకనివారకైకపరి • [illegible] మా[illegible] శుభంబుగా
శ్రీకరధర్మసారముగ • [illegible]గా
లోకమున న్విలసించినవెన్ని • లోకవిభూ! [illegible]! మహాప్రభూ! 1

చ. అనికరుణా సముద్ర[illegible] • [illegible]గా
నానరిచి మానసంబునను • [illegible]
ఘనకవితా సుధాలహరి • [illegible]
గనదురు వేగవంశమున • [illegible]. 3

ఉ. అందఱుఁ శ్రీ[illegible] • [illegible]
సుందరకావ్య[illegible]ములు • [illegible]
రంపఁ[illegible] పావ[illegible] • [illegible]లా
నందముతోఁ [illegible] • [illegible]. 3

గీ. [illegible] • [illegible]
[illegible]గౌరవించునని • [illegible]
నా[illegible]మున [illegible] • [illegible]నా
చేతమున[illegible] • [illegible]. 4

తే. ఇట్టుపరమేశు కరుణచేఁ • గృతిరచించి
యాంధ్రలోకంబునకు నెల్ల • నర్జమిత్తుఁ
డనఁగ నొప్పారు సూర్యరా • యావనీంద్రు
కొల్వుసదిలోనఁ గల్పించు • కొనిముదమున. 5

సీ. శ్రీమంగమాంబాశ • చీగర్భకలశర
త్నాకరజనితము • స్వాఫలంబ
రావుగంగాధర • రామరాడ్వేంద్ర
పావనదివ్యత • పరఫలంబ
చిన్నమాంబాసతి • చిరసుపాస్తిత
వరపరమేశకే • నాఫలంబ
పద్మనాయకవంశ • పారిజాతోత్పన్న
శిష్టజనావనసురు • చిరఫలంబ
యమునాభక్తిప్రపూర్ణశ • ర్మఫలంబ
గానసుజనస్తోమమానస • ద్గుణకదంబ
దీనజనతాపశమనము • హానదంబ
సూర్యరాయా! పిరావుకీ • శుభఫలంబ. 6

తే. శంకరుఁగరుణాసుధాబ్ధి త్రి • లోకవిభుఁడు
సర్వశుభములఁ నిడఁగ నా • శీర్వదించి
వింత గొల్పెడు విజయేంద్రు • విమలచరిత
వినుము వినుమయ్య విమలవి • వేకవిభవ. 7

క. అనుచు న్నృపతిపతినంబో
ధనమున్గావించి పరమ • తాత్పర్యముతోఁ
వినయముదళుకొత్తంగా
వినిపించినయచ్చరిత్ర • విధమెట్లన్నన్. 8

కథాప్రారంభము.

సీ. శ్వేతకిరీటమై ♦ చెన్నారునద్దాని
శీర్షభాగమ్మున ♦ శీతనగము
ఆణిముత్తెమ్ముల ♦ హారమైయొద్దాని
కంఠాననొప్పుగం ♦ గాభవాని
కమనీయతరమైన ♦ కాంచియైయొద్దాని
కటిఁగ్రాలు వింధ్యన ♦ గంపుఁజాలు
చిత్రచేలంబయి ♦ చెన్వొందునేనిపై
సర్వసస్యాఢ్యయా ♦ సాంగభూమి
నేనికాలూనుపీఠమై ♦ రెజరిల్లు
సింహళంబనుదీవి ద ♦ క్షిణమునందు
వీచికలచేని నిరువంక ♦ వీచువార్ధి
యస్తి భూమండలికిరాశి ♦ యార్యభూమి. 9

క. ఇందుఁగల రాజచంద్రుల
నందఱ బవరాననోర్చి ♦ యాక్రమించినయా
నందమున మగధనేలెను
మందారాఖ్యుండు కీర్తి ♦ మందారుండై. 10

తే. ప్రజలపాలికి స్వర్గమై ♦ పరఁగునట్టి
పాటలీపుత్ర మనియెడు ♦ పట్టణంబు
తనకుఁ దగు రాజధానిగాఁ ♦ దనరుచుండ
రహి వహించెను మహిని నీ ♦ రాజరాజు. 11

వ. అతులపరాక్రమాఢిసుఁడు ♦ బావని కెంతయు మెచ్చి సాళ్వ
పతిసుత సర్వమంగళ వి ♦ వాహవిధిగ వరియించె నానృపుఁ

బతి సతు లిద్దఱుం గలసి ◆ పాయని మైత్రి మెలంగుచుండ నం
పతు లన నిట్లు లుండవలె ◆ బాపురె యంచు వచించి రందఱున్.

ఉ. అంతఁ గృపావతంసుఁ డగు ◆ నప్పరమేశుఁడు వారి కెంతయున్
సంతసమందఁ దేల్చ నొక ◆ చక్కని కూఁతు నొసంగె దాని నిం
తింతనరాని ప్రేమమున ◆ నిర్వురుఁ బెంచుచునుండి రంతలోఁ
గాంతకు సర్వమంగళకుఁ ◆ గల్గెను దీరనిరోగ మక్కటా! 13

తే. అంతకంతకు వ్యాధి దా ◆ నతిశయించి
రాజయక్ష్మగ మాఱిన ◆ రమణి యపుడు
మరణ మాసన్న మగుటను ◆ మది నెఱింగి
చెంతఁ బాయక యుండెడు ◆ కాంతుఁ జూచి. 14

ఉ. కన్నుల నీరు నించి కర ◆ కంజములన్ముకుళించి భక్తితో
నన్నుఁ గృతార్థఁ జేసితివి ◆ నాథ భవచ్చరణాబ్జసేవ నా
కెన్నఁడు గల్గు నింక నని ◆ యేడ్వఁ దొడంగిన భర్త యార్తుఁడై
యెన్నఁగరాని శోకమున ◆ నెంతయుఁ గుందుచు వాలె నేలపైన్.

ఆ. అంత నచట నున్న ◆ యమ్మహీకాంతుని
చెల్లెలైన భద్ర ◆ చెంతఁ జేరి
వదిన యేమొ చెప్ప ◆ వలెనని యున్నది
వినుము రమ్మనంగ ◆ విభుఁడు లేచి. 16

క. పలుకవె మద్ధృదయేశ్వరి
పలుకవె నా ప్రాణమైనఁ ◆ బడఁతీ యిత్తున్
పలుకవె నీకడ పలుకులు
చిలుకలతో వినెద నిదిగో ◆ నిర్మలచరితా. 17

తే. అనుచుఁ గన్నీరు రాల్చెడు ◆ నవనివిభునిఁ
జూచి వాడిపోవుచున్నట్టి ◆ సుతను జూపి

నాసమాఱుగ దీనిని • నాథ నీవు
భద్రయనుగూడి పెంచఁగా • వలయుఁజుంము. 18

తే. అనుచు నిలుగ్రుడ్లువైచి యా • యతివమిన్న
యసువులఁ దొరంగిపోయిన • యంతనుండి
భద్రమందారు లిరువుర • బాలఁ గూర్మి
నరయుచుండిరి వార్షల • తాఖ్య నొసఁగి. 19

క. మఱుపెండ్లి యాడఁగోరక
ధరణీపతి తనదు పత్ని • ధర్మగుణములన్
నిరతముఁ దలఁచుచు బాలిక
నరయుచుఁ గాలమ్ము పుచ్చె • నహోరాత్రియిలన్. 20

క. అన్యోన్యము వరియించిన
ధన్యాత్ముల పేరిమిఁ దెలుపఁ • దరమె యెవరికిన్
మాన్యులు నాఁగ జగమ్మున
వన్యమృగమ్ములకుఁ బోల్ప • వలయు నిరతులన్. 21

తే. తనకు మూఁడవమాసానఁ • దల్లిపోవ
రేయిఁ బవలును బ్రేమతోఁ • బాయకుండఁ
దండ్రియును మేనయత్తయుఁ • దన్నుఁ బెంప
వర్షములు నిండెఁ బదునేను • వార్షలతకు. 22

ఉ. భద్రసమస్తసద్గుణ సు • భద్రయు రూపవిలాససంపదన్
భద్రయు భద్రజీవనసు • భద్రయు జ్యోతిష వైద్య గాన సా
ముద్రిక శిల్పవిద్యల స • ముద్రయు నై బరిపూర్ణగుణావనం
బద్రిసమానధైర్యము స • మంచితభక్తియుఁ దాల్చి పొల్చుచు

క. అనుపమ సద్గుణగరిమన్
దనకుం బతియగుట కొప్పు ♦ ధర్మవినోదున్
జనవినుత సత్యవాదున్
మనమున వరియించె నంగ ♦ మానవనాథున్. 24

చ. అతఁడు విరోధితండముల ♦ నాహవరంగమునం దెదుర్చుచో
శితతరసాయకం బొకటి ♦ శీర్షమునాటినఁ దత్క్షణంబునన్
నుతులు సెలంగ స్వర్గపురి ♦ నూతనవైభవలక్ష్మిఁ జేకొనన్
ధృతమతి సేగ జీవకళ ♦ దేహము దప్పి ధరిత్రి వ్రాలఁగాన్. 25

ఉ. అంతట భద్ర నాతనికి ♦ నాత్మసమర్పణఁ జేసి వైద్యమున్
సాంతముగాఁ బఠించి తన ♦ యాయువునెల్లఁ బరోపకారమం
దెంతయుఁ బ్రీతితో నునిచి ♦ యీశ్వరుఁ గొల్చుచునుం దృఢభక్తితో
నింతటి బ్రహ్మచారిణి మ ♦ రెందును లేదనియార్యులెన్నఁగాన్.

తే. మనము నొకరికి నొసఁగిన ♦ వెనుక దానిఁ
గొనక యీశ్వరుఁ గొల్చు స ♦ ద్గుణగరిష్ఠ
లెంతయును ధన్యులవ్వార ♦ లెల్లరకును
నిరుపమాదర్శమూర్తులై ♦ నెగడుచుంద్రు. 27

తే. బ్రహ్మచర్యంబునం దిట్లు ♦ భద్ర దవిలి
హర్షలతకును సుగుణమ్ము ♦ లనుదినమ్ము
విద్యతోఁబాటు కఱపుచు ♦ హృద్యరీతి
నన్నయింట వసించెఁ బ్ర ♦ సన్నమతిని. 28

ఉ. అంతఁ గళింగభూపుఁడు స ♦ మంచితకీర్తికలాపుఁ డాసతిన్
గాంతగఁ జైకొనం దలఁచి ♦ కామితమున్ మగధావనీరమా
కాంతున కేకతమ్మునఁ బ్ర ♦ కాశముఁ జేసి యధార్హసత్ప్రతిన్
స్వాంతమునం బ్రహృష్టుఁడయి ♦ చయ్యన నేగెను స్వీయభూమికిన్.

శా. మందారుండట భద్రిరాఁబనిచితా • మన్నించి మత్సోదరీ
సౌందర్యప్రతిభావిశేషములచే • శౌర్యప్రభావంబుచే
మందారప్రతిమానకీర్తియుతుఁడౌ • మాన్యుండు నీహస్తమా
నందంబొప్పఁగఁ బట్టఁగోరెవినుమా • నామాటఁ బాటింపుమా. 30

తే. సోదరీమణి నేఁదెల్పు • మేచనీంద్రుఁ
బరిణయంబయి సుస్వామిం • వరమునందుఁ
బరమ సౌభాగ్యవతివయి • ప్రజ్వరిల్లి
కులమునకుఁ గీర్తిఁ దెమ్ము నా • పలుకు వినుము. 31

తే. పెద్దకాలంబు నీవిట్లు • పెండ్లిలేక
యున్న దూషింపచుందురీ • యుర్విజనులు
నిందలకుఁ బాలుగాకుము • నింద్యచరిత
కోరి వరియింపుమే దెల్పు • వీరవరుని. 32

తే. పెద్దవాఁడను నామాటఁ • బెడచెవినిడి
యాగ్రహము గల్గఁజేయకు • మన్న వినుము
హితులు నాకంటెనెవరైన • నీకుఁగలరె
భద్రనిర్నిద్ర సుగుణస • ముద్రియనిన. 33

తే. భద్రియదివిని మదిభగ • వంతుఁదలఁచి
ధర్మమార్గాను వర్తిని • ధన్యచరిత
గాననసమానధైర్యంబు • పూనిపల్కెఁ
బలుకులను శాంతి వినయమ్ము • లొలుకుచుండ. 34

తే. అన్న నామది వలచిన • యిట్టివరుఁడు
నాదుజీవనయాత్రకు • నవ్యమైన
దీపముగఁదనసుగుణక • లాపమొసఁగి
స్వర్గమున వెల్గుచున్నాఁడు • భానువగిది.

తే. కానసే బ్రహ్మచర్యంబు ♦ పూనివిమల
కార్యములచేత లోకోప ♦ కారములను
జలుపుచుండుదు భగవంతు ♦ స్వాంతమందు
నిలిపినిరతంబు నిదినాదు ♦ నిర్ణయంబు. 36

తే. అనినఁ జుఱచుఱఁజూచుచు ♦ నవనివిభుఁడు
కోపవేగమ్ముచే శాంతిఁ ♦ గోలుపోయి
మద్యపానంబు సేసిన ♦ మత్తువోలె
మాటతడఁబడ నిట్లని ♦ మాఱుపలికె. 37

తే. క్రొత్తయాచారములఁ బురి ♦ కొల్పియిట్లు
కులముఁ జెఱచుచునాకు వ్యా ♦ కులమొసంగు
వనులుసేయక యొకమంచి ♦ వరునిఁగాంచి
యిహపరమ్ముల గడియింపు ♦ మింకనైన. 38

తే. అనుచుఁ గలకటఁబడియెదు ♦ నన్నుఁజూచి
మది విషాదాగ్నిలోఁబడి ♦ మఁగుచుండఁ
గంటఁ దడిపెట్టియగ్రజు ♦ కాళ్లవ్రాలి
మెల్లఁగాలేచి యిట్లను ♦ మెలఁతమిన్న. 39

తే. గార్గి మొదలగువారలీ ♦ ఖండమందు
బ్రహ్మచర్యంబుచేఁ గీర్తిఁ ♦ బడయలేదె
క్రొత్తయే యిదిమనయార్య ♦ కులమునందు.
బూత చారిత్రిలను గన్న ♦ భూమియందు. 40

తే. ఏక పత్నీవ్రతంబెట్టు ♦ లీ వొనర్తు
వట్టులేక పతివ్రతం ♦ బాచరింతు
ధర్మమందఱి కొకట్లై ♦ తనరుఁగాక
వేరువేరుగనుండునే ♦ విమలచరిత. 41

తే. అనుచుఁదురపిల్లు చెలియలి • కనులు దుడిచి
చిత్త మొకయింత జాలిచె • మెత్తవడిన
మెల్లఁగా నిట్టు లనియెను • మేదినీశుఁ
డమ్మ కూర్చుండు మనుచుఁ బీ • రమ్ముఁ జూపి. 42

తే. ఎవఁడు నీభర్త నీపెండ్లి • యెపుడుజరగె
నందఱును జూడ నేఁ • బెండ్లి • యాడినట్లు
నీవు నాడితివే చెప్పు • నిర్మలాత్మ
యన్న నన్నకు నిట్లనె • నతివమిన్న. 43

తే. అంగనాథుని వలచితి • నంత నతఁడు
గాంచె స్వర్గంబు యుద్ధరం • గంబునందు
నతని వరియించినప్పుడే • యంతరాత్మ
పెండ్లిచేసెను వేరిఁకఁ • బెండ్లి యేల. 44

ఆ. సర్వసాక్షియెదుటఁ • జలిపినదద మేలొ
ధరణిజనుల యెదుటి • తంతు మేలొ
నీవె చెప్పుమన్న • నిర్ణయ మొనరించి
హస్తకంకణమున • కర్థమేల. 45

తే. అనుడు భూపతిచెల్లెలి • నట్టె చూచి
యంగనాథుఁడు నినుఁ బెండ్లి • యాడినాఁడె
యెచటఁ జూచినఁ బెండ్లికి • నిరువురుందు
రొక్కరికె పెండ్లి జరగునే • యొక్కరైన. 46

తే. అనిన భద్రి యెలుంగెత్తి • యన్నకనియె
నతఁడు వరియించెనో లేదొ • యతని కెఱుక
నే వరించిన దెంతయు • నిక్కువంబు
తెలియు మింక నాప్రతిజ్ఞను • దీర్చి విడుతు. 47

మ. అనినన్ గోపముచేత మండిపడుచున్ • హాదుష్ట నీకిచ్చెదన్
జనవేనిచ్చుట నింత చేటుగలిగెన్ • సన్న్యాసమున్ దాల్చి వే
నినుం జండాగ్నినిఁ గాల్చివైచి దెసలన్ • నీభస్మమున్ జల్లెదన్
జను నాముందట నిల్వఁబోకుము నిమే • షంబున్ గులోన్మూలినీ. 48

చ. అనుచుఁ గఠోర భాషణము • లాడెడు నన్నకు నేవగించి త
త్క్షణమున లోనికిం జని వి • చారమునం బడి భద్ర యుండఁగా
దినకరుఁ డోర్వలేక తన • తేజముమాపి విషణ్ణమూర్తియై
చనియె ననంగఁ దామునిఁగె • సర్వము చీఁకటిలో మునుంగఁగాన్.

ఉ. అప్పుడు భద్ర యొంటరిగ • నప్పరమేశునిఁ గూర్చి యీశ్వరా!
చెప్పరమైన కష్టమున • దేవ మునింగితి నీవె తెప్పవై
తప్పక నన్నుఁ గావవలెఁ • దప్పిన నెవ్వరు గాచువారు నా
కెప్పుడు నీవె యూఁతవని • యెంచితి నీశరణంబుఁ జొచ్చితిన్.

క. రారాజు నాసహోదరుఁ
డీరాజును జేరఁబోదు • నీశ్వర నిన్నే
రారాజుగఁ దలఁచుచు నన్
ధారాళంబైన మదిని • దయ నేవఁ జేలున్. 51

తే. అనుచు భగవంతుఁ బ్రార్థింప • నాత్మలోన
మాళవేంద్రుండు భక్తుండు • మహితయశుఁడు
శరణమియ్య సమర్థుండు • శాంతమూర్తి
యతనిఁ జేరినఁ గడు భద్ర • మనుచుఁ దోఁచె. 52

తే. అంతఁ దాఁ బెంచుచుండిన • హర్షలతను
నిద్రవోయెడుదానిని • నిండుప్రేమ
మోము మోమునఁ జేరిచి • ముద్దువెట్టి
చేత శిరమును దాఁకి యా • శీర్వదించి. 53

తే. వదలిపోఁజాల కెంతయు • వంతనక్లి
యెట్టకేలకు మనసును • గట్టిచేసి
వెడలిపోయెను నడురేయి • వెలఁదియున్న
మాళవపు దారిఁబట్టి ప్రే • మంబు నెక్కి. 54

ఉ. అక్కడ ధర్మపాలుఁడను • మంచి శీలుఁడు సాళ్వ మేలువాఁ
డొక్కఁడు విప్రభావి వేళఁదన • యింటను బిల్చుచు నా స్వామి సేవలన్
దక్షిణవారలుం గలసి • దైవము నెంతయు భక్తిఁ గొల్వఁగా
నక్కఁడి కేఁగుదెంచెను స • మాహితచిత్తముతోడ భక్తవత్సలున్

తే. వచ్చి కూర్చుండి వీణను • బాగుఁ దాల్చి
శ్రుతిని గూరిచి మంగళ • శ్రీని చెలఁగ
రాగ మాలాపనము సేసి • రమ్యభంగి
నీశ్వరుని భక్తి వినుతించె • నిట్లు భవుని. 56

దండకము.

శ్రీమన్మహారంగ గాంగాకళత్రా భక్తానుపాలా శశాంకావతంసా
చిత్తాబ్జసంచారి సర్వార్థసారా సమస్తప్రపంచాధారి బ్రహ్మాండని
ర్మాణధీరా సుధర్మప్రచారా ప్రపన్నార్తిహారా నినున్ గొల్వ
సర్వంబు నీజూపు విశ్వంబు నీ చిత్రవాగుర్వముల్ చెప్ప నీ
వాఁడు బంతుల్వలెన్ బొల్చు లోకంబు లెల్లన్ మహాసూత్రధారుం
డవై పూని యాడించు నీ బొమ్మలం బోలి మే మిట్లు వర్తించుచు
న్నాము నిన్నెట్టి వానిన్ దగన్ బట్టి చిత్తంబులోఁ గట్టిపెట్టంగ
భక్తిన్ బ్రసాదింపవే దేవదేవా మహాపాప దావాగ్ని సంతప్తులై
నట్టి మమ్ముద్ధరింపన్ దయాసారముల్ వేగ వర్షింపవే హర్షముం
బెంపవే సార్వభౌమా మహానందధామా సదాభక్తహృద్గోష్ఠమ
సంపూర్ణసోమా నమస్తే నమస్తే నమస్తే నమః. 57

చ. అనుపమభక్తి సంభరిత • స్వైనసుధామయ సూక్తి మివ్విధిన్
విరచిన భవద్వినందనము • వేయువిధంబుల మెచ్చు మంతి నా
జనపతి వక్తృశాలికుఁడు ప్ర • సన్నపుఁ జూపుల నామెఁ జూచి యా
జనని మదీయమందరము • సర్వము పావనమయ్యె నీకృపన్. 58

సీ. ఎందలిదానవమ్మ యిట • కేమికతమ్మున వచ్చితి వస్త్రనా
ముఁదట సంశయింబుడిగి • పూర్ణముగా నెఱిఁగింప వమ్మనీ
విందు నుతించినట్టిపర • మేశుఁడెనిన్గొనివచ్చిన మ్మాత్రమూ
యందఱ మానసంబులన • మంచితభక్తిని సించితమ్మకో. 59

తే. అనినఁదలవంచి చూపుల • నవనివాల్చి
మృదులగంభీరరవముల • మెలఁతవలికె
మగధనాజన్మభూమినా • మంబుభద్ర
ప్రభువతంసము మద్భర్త • రాజరాజు. 60

మ. అనినన్ దిగ్గన లేచి యుచ్చగువృత్తో • నాఁటించుదా నిట్లనెన్
జననీ! యుత్కమసీరముఁ గొనుము వా • చాలోప మూల్లిప్తియై
డిన మన్నింపుము నీదుసోదరునకం • బెన్ ప్రేమ తోఁ జూచిధ
న్యనిఁగావింపుము సేవలందిమునే • యోగ్యంబు గాఁ గోఁ నన్.

క. జననీనివిఖ్యాతిని
విని యుంటిని వీనులకును • విందుగఁ గొంతన్
గనులున్నందులఫలముగఁ
గనుఁగొంటిని నిన్ను నేఁడు • కారుణ్యనిధీ. 62

చ. అనుటయుఁ గన్నులం దొరఁగు • నశ్రుల తెప్పల నప్పొంచు మన్
దనవదనంబునెత్తి నర • నాథుఁగనుంగొని భద్ర యిట్లనెన్
జననుతికర్తి నాచరిత • సాంతము గావిని యంత కొందనీ
మనమునఁ దోఁచినట్లుగన • మంజసకీర్తినిఁ జేయుఁ గాఁవ సున్. 63

క. అనుటయు మాళ్వమహీపతి
జననీ! మనసారవినెద ♦ జంకక చెపుమా
యనభద్రమొదలు తుదిగాఁ
దనవృత్తాంతంబు నివ్వి ♦ ధంబునఁ దెలిపెన్. 64

తే. సుగుణమణి గణమూర్తియై ♦ నెగడువాని
నంగనాథుని వలచితి ♦ నంతనతఁడు
కదనతలమున స్వర్గంబుఁ ♦ గాంచెఁ గాన
మనసులో నన్యవరియించు ♦ మాట లేక. 65

తే. బ్రహ్మచర్యంబులోపలఁ ♦ బరఁగుచున్నఁ
బరునివరియింపు మనిచాల ♦ బాధపెట్టి
పరుషవాక్యమ్ములను బల్కి ♦ భ్రాతగానఁ
దరలివచ్చితినీ లీల ♦ ధర్మపాల. 66

చ. శరణముఁ గోరివచ్చితిని ♦ శస్త్రచికిత్సయు నౌషధక్రియల్
గఱచితిఁ గొంతగాన నుప ♦ కారముని వ్యాధి దీనపాళికిన్
గరమనురక్తిఁ జేయుచును ♦ గాలముపుచ్చఁగనుండుదాననీ
కరుణకుఁ బాత్రినా వెలుపు ♦ కాంచినమనంబున [illegible]డంలన్. 67

తే. అనుచు భద్రయోజింగంప ♦ నాలకించి
భావమునఁ దూఁచి సాధక ♦ బాధకముల
ధర్మపాలుఁడు నిజముగా ♦ ధర్మపాలుఁ
డగుట నామెకు నిట్లని ♦ యభయమిచ్చె. 68

ఉ. ధర్మపథంబు నన్నడచు ♦ ధన్యవుమాళవమెల్ల ధన్యమా
నిర్మలవృత్త మున్నవిలి ♦ నెమ్మదినుండుము వైద్యశాస్త్రన
న్మర్మములెల్లఁ దెల్పుచును ♦ దారతనిచ్చట వైద్యాలందునీ
ధార్మికభావమున్ గొలిపి ♦ దైవమునిచ్చలు భక్తిఁ గొల్చుమా. 69

చ. అని తనపత్ని యాసరళ • నంతఁగనుంగొని యోసతీమణీ
యనుపమ గౌరవాస్పదవు • హా గుణభూషణ యీమెగాననీ
వనుదినమున్ సపర్యలన • మాహితరీతిఁ దన్పుచుండుమా
ఘనసుకృత ప్రభావమునఁ • గాక మహాత్ముల సేవ కల్గునే. 70

తే. అనుచు శరణంబొసంగిన • యాత్మ నలరి
ధర్మనిష్ఠాగరిష్ఠత • ధర్మపాలు
నొద్దఁగాలంబుపుచ్చుచు • నుండెభద్ర
సరళ పరమాప్తురాలయి • పరఁగుచుండ. 71

మాలిని.

శ్రితజనపరిపాలా • చిన్నమాంబానుకూలా
చతురవచనలోలా • సాధుసమ్మాన్యశీలా
వితరణ శిబిలీలా • వీతదుర్వైరి మూలా
అతులసుగుణజాలా • ఆత్మ తేజో విశాలా. 72

గద్య.

ఇది శ్రీపరమేశ్వర కరుణాకలిత లలితకవితాకలిత శ్రీరామలక్ష్మాం
బా బుచ్చివేంకయామాత్యతనూజాత సకలసజ్జన విధేయ ఆది
పూడి సోమనాథ నామధేయ ప్రణీతంబయిన శ్రీవిజ
యేంద్ర విజయంబను సుప్రబంధంబు నందుఁ
బ్రథమాశ్వాసము.

శ్రీ

విజయేంద్రవిజయము.

ద్వితీయాశ్వాసము.

క. శ్రీకరగుణరత్నాకర
నాకగురుప్రోక్తసార • నయసంచారా
ప్రాకటధర్మవిహారా
శోకనివారణవిచార • సూర్యనృపవరా. 1

క. ఆలింపుము మగధధరా
పాలుండటు భద్రిధర్మ • పాలునిపాలన్
గాలము వృద్ధుఁట వినితాఁ
దాలిమి విడనాడి మదనుఁ • దల్లడపడుచున్. 2

సీ. ఏలనాయొలనాఁగ • యీహాస్థలప్రవీణ
వంతలోనను ముంచి • నచిననిఁదు
సేలనాసోదరి • చెలిమితోవలచిన
యింగనాసుఁదు యుద్ధ • మందమునపిసి
సేలకళింగసుఁ • దెలెంచి భద్రిను
దనకుఁగాంతగనిమ్మ • మనుమవేఁడ
నేలసేఁజెప్పిన • హితముఁగాపలుకులు
చెవియలిచెవులకు • ములుకులట్ల

నేలతోఁబుట్టు తాలిమిఁ ♦ దూలిధర్మ
పాలుపాలను జేరి నా ♦ పరువుఁజెఱిచె
నేలద్రోసితివిటు దుఃఖ ♦ జాలమందు
నీవిలాసమ్ములీశ్వరా! ♦ నీకె యెఱుక.

తే. అనుచుఁజింతిల్లి పలుమాఱు ♦ నత్తగాఱుకు
నాఁపుకొనలేక యేడుచు ♦ హర్షలతను
జేరియోదార్చి తనవిధి ♦ దూఱిదూఱి
మాళవుని సాహసంబును ♦ మదిఁదలంచి.

తే. ఔర! నన్నొక్క మాటైన ♦ నడుగకుండఁ
జక్రవర్తికి నాకింత ♦ జంకకుండ
గర్వరోగంబుచేఁ గన్ను ♦ గానకుండ
భద్రుఁ దాఁజేరనిచ్చెను ♦ బంపకుండ.

తే. అనుచుఁగోప భరమ్మును ♦ నాఁపలేక
ధర్మపాలుని సుగుణాళిఁ ♦ దలఁపలేక
మనములోపలఁ గరుణయున్ ♦ మాటలేక
లేఖ మాళవపతికి నీ ♦ లీలవ్రాసె.

ఉ. మైత్రికి భంగమౌనటులు ♦ మమ్ము నెదిర్చినయట్టి సోదరున్
జాలిగ నెంచి యిట్లభయ ♦ భారము పూనుట భావ్యమౌ
మిత్రుని వెంటఁ దక్షిణమ ♦ మీరిపునైనను భద్రు నంపి మ
మైత్రికిఁ బాత్రులై మనుఁడు ♦ మానినఁ దప్పులనేమి నె

క. అను నీలేఖను గొనిచనఁ
బనిచెను రణధీరు నటకు ♦ భవ్యవిచారున్
వినయాది సుగుణహారున్
జనవినుతోదారుఁ బరమ ♦ శాంతివిహారున్.

శా. ఆలేఖం గొని యాతఁ డేగి కనియెన్ • హర్మ్యాళి సర్వేశునిన్
లీలన్ నూతనగీతజాతముల నో • లిన్ గోమలుల్పాడ సే
వేళన్ వీనుల విందుగా విని జనుల్ • విద్యావినోదమ్ములన్
గేళిన్ సల్పెడు మాళవేంద్రు నగరిన్ • గీర్వాణనాట్యస్థలిన్. 9

క. అతులమహోద్యానము గతి
నతిముద మొదవించునట్టి • యప్పురవరమున్
మితపరివారముఁ దోఁగొని
ధృతియుతుఁడై చొచ్చె జనులు • దేరి కనుఁగొనన్. 10

క. అటు నిటు వీక్షించుచు న
క్కటికముతో బీదలకును • గడు దీనులకున్
దటుకన రూకలఁ జల్లుచుఁ
జటులగతిన్ బోయి పోయి • సంరంభముతోన్. 11

తే. తమ్మిమధ్యమ్మునను గాశిలు • దిమ్మెచోలెఁ
బురము నడుమను సొగసుగాఁ • బొల్చు నగరు
లోనికిని జని భూపాలు • సానతిఁ గొని
యోలగముఁ జొచ్చి రణధీరుఁ • డుచితరీతి. 12

తే. చేతులను మోడ్చి జనపాలు • సేమ మరసి
కమ్మఁ జదువంగ నిచ్చి య • క్కడను దనకుఁ
గూర్చియున్నట్టి పీఠానఁ • గూరుచుండి
యేమి సెలవని యడుగను • ర్వీశుఁ డనియె. 13

తే. ధర్మమార్గంబు దప్పని • ధన్యచరిత
ప్రబలుఁ డైనట్టి యన్నకు • భయముఁ జెంది
శరణు వేఁడిననీకుంట • క్షత్రియునకు
న్యాయమే తెల్పు రణధీర • నయవిహార. 14

ఆ. ధర్మపథమునందుఁ ♦ దనరుచుండెడివారు
దైవమునకుఁగూడఁ ♦ దలఁకఁబోరు
ధర్మపథముఁదప్పి ♦ తరలుచుండెడివారు
చీమకైనభయము ♦ చెందుచుంద్రు.

చ. అనరణ ధీరుఁడిట్లనియె ♦ నార్యపథైక విహా
వినమితవైరి వీరుఁడగు ♦ వీరవరేణ్యుఁడు చె
మనమున నీసులన్నిటిని ♦ మానిపరస్పర వై
జనులకు మాకు నందఱకు ♦ సౌఖ్యముగా కిది

చ. దివిభువి దిద్దిరంబడును ♦ తీరునధాటిని వైరిక
గవిసిమహోట్ట హాసమున ♦ గాలకృశాను క
బవరమునందు నోరిచిన ♦ భవ్యపరాక్రమ
దవిలిరొవండునిల్చును వృ ♦ థాకదుసాహ

ఉ. భద్రకు భ్రాతభానమును ♦ బట్టిమెలంగఁగ
భద్రపరాక్రముండు నృప ♦ భద్రుఁడు మె
భద్రనుబంపి మీకుఁగల ♦ భవ్యతరంబగు భ
భద్రముగాక నీతిఁగల ♦ పంగనమర్థులమే

తే. అనిన రణధీరుఁగూర్చియి ♦ ట్లనియెనృపుఁడు
న్యాయయుతమైన శౌర్యంబు ♦ నరపతులక
భూరితరమైన శాశ్వత ♦ భూషణంబు
ఘోరకలుషంబు కేవల ♦ పౌరుషంబు.

చ. సుగుణసముద్రులై వెలయు ♦ శుద్ధచరిత్రకు
తగనిపథంబునన్నడచు ♦ దర్పనిమగ్నుని భ
యగునగునిట్లు షలుకుటిది ♦ యర్హమె తుచ్ఛ
జగములనెల్లనేలెడు వర ♦ చండప్రశాసనుక

ఉ. సూర్యుఁడు చూర్ణమై పడినఁ • జుక్కలు జల్లున నేల రాలినన్
స్థైర్యము వీడి భద్రునియ • శ్లాఘము వీడను సార్వభౌముఁడున్
గాంభీర్యము మాని చెల్లెలిఁ • గన్ గరుణాయత దృష్టిఁ జూతు నం
చార్యులముందటన్ బలుక • వార్షము మెఱుఁగ నప్పుడంపెదన్. 21

ఉ. ఎన్నఁగరాని లోకముల • నెవ్వఁడు దాల్చి వెలుంగుచుండునో
యిన్ని చరాచరంబులకు • నాదరువై యెవఁడర్థిఁ బ్రోచునో
సన్నుతశౌర్య మెవ్వఁడిల • సజ్జనచిత్తములందుఁ గూర్చునో
నన్నతఁడెంతయున్ గరుణ • న్యాయపథంబుననుంచి కాచుతన్.

క. భద్రుని చెప్పుట కెట్టియు
పద్రవమును లేదు భక్తి • భావములోడన్
భద్రము గాఁ గాపాడెద
భద్రయశా ! తెలుపుము సార్వ • భౌమునియెదుటన్. 23

తే. అనిన రణధీరుఁడాతని • యనుమతిని
నెంతయును మానసములోపల • సంతసిల్లి
పరమగాంభీర్య హృదయుఁడై • పరఁగుకతన
భావమును గప్పిపుచ్చెఁ • బలికె నిట్లు. 24

తే. మీదు సేమంబు నేఁ గోరి • మిగుల ప్రీతి
చెప్పవలసినదంతయుఁ • జెప్పినాఁడ
ముందు జరగనుదానికి • నిందలేదు
పోయివచ్చెద సెలవిమ్ము • భూమిపాల. 25

చ. అని రణధీరుఁ డా విభుని • యానతిఁ గైకొని బల్ హుటాహుటిన్
జని మగధావనీశుఁ గని • సామము దానమున్ భేదమేమియున్
జనపని ధర్మపాలుని వి • చారము నంతయు దెల్లమౌనటుల్
వినిచిన సార్వభౌముఁడపు • డేగము వీడి మహాగ్రహోగ్రుఁడై. 26

చ. నను నిర్వక్రపరాక్రమక్రమచణు • న్రాజన్యకోటీర గా
తనరత్నాంశు విరాజమానపదప • ద్మద్వంద్వుఁ డా రేఁపె గా
కనదుగ్రాసిని నీచుకంఠతలముల్ • ఖండించి మచ్ఛాత్రవసం
జనితానందమునందుఁ దేలినఁ గదా • జన్మంబు సాఫల్యమౌ. 27

తే. అనుచు నాడునుగఱచి బా • హాస్ఫాళించి
మీసమును ద్రిప్పి కత్తిని • దూసిపట్టి
మిత్రుఁ డైనట్టి రణధీరు • మీఁద దృష్టిఁ
బఱపి యిష్టానతి యొసంగెఁ • బ్రభువరుండు. 28

చ. కలనికి సేనలం గొలుపు • కర్కశఘోర ఘణంఘణార్భటిన్
విలయము మాళవంబుగను • వీఁకను విమల నెచ్చరింపగా ఘో
వలయము కంపమొందుగతి • వారణవాజిరథాళి [illegible]
గలసి చమూపతుల్ నడవఁ • గా నియమింపుము పోము [illegible] నెప్పెరన్

క. అని రణసన్నాహమ్ముల
రణధీరుని నునిచి తాను • రాత్రిందివముల్
దనకా మాళవపాలుం
డొనరించిన గాని నెంచి • యుడుకుచు నుండెన్. 30

ఉ. అక్కడ ధర్మపాలుఁ డిఁక • సాహసమెవ్విధిఁ దప్ప[illegible]నుఁ బెం
పెక్కిన వీరులం గలసి • యేక్రియఁ జూపఁగ వేచియుండె తా
నాకరి ప్రభాతమందు సమ • యోచితకార్యముఁ దీర్చి చేరఁ బల్
చక్కని చిత్రసంపదల • సంగతిఁ జెల్వగు రాణివాసమున్. 31

క. అంతన్ సరళారాజ్ఞియు
నెంతయు సంతసముతోడ • నెదురేగి ధరా
కాంతునిఁ గొనివచ్చి తమిన్
దంతపుపని పీఠమందుఁ • దగ మన్నించెన్. 32

తే. ఇట్లు సత్కార మొనరించి • యెలమి నెంచి
చెంతఁ గూర్చుండి వీవనఁ • జేతఁ బట్టి
మెల్లఁగా వీచుచుండెడి • మలఁతిఁ జూచి
పలికె వల్లభుఁ డీలీల • భవ్యసరణి. 33

క. కాంతాయుద్ధము గల్గు ట
యెంతయు సత్యంబు విను మ • యెంచెద నెవనిన్
గాంతునిగా వరియించునొ
యింతీ! తెలుపంగఁదరము • [illegible]. 34

తే. న్యాయము నన్యాయమును నెఱుఁ గదా • నడఁగె నప్పు
కనఁబడినఁ జెట్టవిపరకుఁ • గాంచి జయముఁ
గాన నపజయ మొందినఁ • గలఁగ దప్పు
ధర్మమార్గానువర్తులౌ • ధరణిపతులు. 35

తే. ధర్మపథమునవర్తింపఁ • దలఁచువారు
దైన్యమును మాని ధైర్యమ్ము • దాల్పవలయుఁ
బరమపురుషార్థమును జూపి • ప్రబలవలయు
నీశ్వరునిమీఁద భారంబు • నిడఁగవలయు. 36

తే. కౌంతేయునను నాసేన • ఘనమ్మతైన
భయము నొందక సమరసం • భ్రమముతోడ
నడరుచున్నది రిపుబల • మడఁచునట్లు
భూతలేశ న్యాయపక్షంబుఁ • బూనుకతన. 37

తే. సమరలంపటులై క్రూరు • [illegible]
దండనాథులు గొల్వఁగాఁ • దనరుచుండు
ప్రబలచతురంగసేనాధి • [illegible]
సార్వభౌముండు చండప్ర • శాసనుండు. 38

చ. బవరమునందు నోటువడు • పాటొకవేళ ఘటిల్లెనేని నీ
ధవుఁడొనరించినట్టి శప • థంబును దీర్పఁగడంగు మానినీ
వివిధజగంబులన్నృపను • వేడుక నేలెడువాఁడు తోడ నన్
బ్రవిమలకీర్తిసంపదకుఁ • బట్టముగట్టును నిన్నుఁ బావనీ. 39

క. అనినన్ భయసంభ్రమములు
పెనఁగొనఁ జిత్తమున సరళ • పేర్చినభక్తిన్
జనపతి వదనాంబుజమును
గనుఁగొని యిట్లనియెఁ దన్నుఁ • గాంతుఁడు మెచ్చన్. 40

చ. వికలుఁడు సార్వభౌముఁడు వి • వేకమునొంది మెలంగునట్లుగా
నకలుషరైన భద్రకు స • మంచితశాంతి పొసంగునట్లుగా
సుకముగ మీరునుం బ్రజలు • శోభిల నేఁగని పొంగునట్లుగ
ప్రకటజయంబు మీకుఁ గరు • ణానిధివేగ ననుగ్రహించుతన్. 41

తే. అనుచు దీవెనపల్కుల • నమలభక్తి
సరళ పలుకుచునుండెడు • సమయమందె
దూరమున నుఱిమినట్టులు • తుములమొకటి
ధర్మపాలుని కర్ణరం • ధ్రములు సోఁకె. 42

తే. అప్పుడే చారులరుదెంచి • యావలనిలిచి
చటులతరధాటితోవచ్చు • సార్వభౌము
ప్రథమసైన్యమ్ము లనతి దూ • రమ్మునందు
వచ్చి విడియంగఁ జొచ్చెను • విచ్చలవిడి. 43

తే. అనుచు వినిపింప సతిని న • క్కునను జేర్చి
ముద్దుఁగొని సాదరమ్మున • మోముఁజూచి
భద్ర భద్రము మనకుల • భద్రుఁ డగుచు
వెలయు విజయేంద్రు నరయుము • వేయికనుల. 44

క. అని రణసన్నాహంబుం బై
తనసతి యిడినట్టి సేసఁ • దాల్చి శిరమునన్
మనమున నీశ్వరుఁ దలఁచుచుఁ
జని యంతిపురమ్ము దాఁటె • జననాథుఁ డటన్. 45

క. భూషణభూషిత యగుచున్
హేషారవ మొసఁగ ఖురము • నిలఁ గొట్టుచు సం
తోషమునఁ జెలఁగు హయము ని
మేషంబున నెక్కి పోలి • మించి చనెం గుణన్. 46

చ. ఇటులు హయాధిరూఢుఁడయి • యేనికలెక్కిన యుచ్చమూపతుల్
పటుతరభక్తిఁ గొల్వఁ బది • పంక్తిబలక్షమాధవకంబుగాఁ
బటుపటుదుక్కకాహళిర • వమ్ములు భయద్రుమ్ముగా చెలంగఁగాఁ
జటులతరోగ్రతూర్యరవ • సంగరరంగ నృపాగ్రణి చెలఁగెన్. 47

ఉ. అక్కుఱ సైన్యనాయకుఁడు • పావనగోపాలుఁ డెంతయు దమిన్
జక్కని రాతురా ఖగల • చాయఁ గ్రమ్ము దాఁకి మేటి
నుక్కునఁ జేసినట్టి కవ • చోత్తము ముక్కంటి సాక్షి దుస్తులన్
దక్కిన భూషలన్ దొడిగి • సప్పము మెఱుగ జాంఘకూర్మఁ డై. 48

సీ. నిస్సాణఘణఘణ • నినదంబులను మించి
పటుహయఘోషకారములు • పరుగు మురిక
గజబృంహితమ్ములఁ • గడలకుఁ దట్టుచు
హేషారవమ్ములు • హెచ్చి చెలఁగ
భటసింహనాదముల్ • పాఱిపడ నుదంచ
జమునిస్వనంబులు • జనముల కింపు
దండనాథులమించి • దనముల హృదయము
బఁధివిమలతరమున • భక్తిఁ గొల్వ

నాఁడు ధర్మజుసేనపై • నడచినట్టి
రాజరాజచమూధాటి • అవ్వసేయు
రాజసమ్మున వెడలెసీ • రాజరాజు
ధర్మపాలునిమీఁది • కుద్దండవృత్తి. 49

క. ఇరువుర ప్రథమబలమ్ములు
సరిసరిగాఁ బోరఁదొడఁగ • స్రమాట్టువెసన్
బురికొల్పెఁ గ్రొత్తపౌజుల
దురము భరంబగుచువచ్చు • దోహళిమెచ్చన్. 50

క. నూతనసేనలమాళవ
భూతలనాథుండు పంచి • పోరుభరించెన్
ఖ్యాతికి నిదసరికాదని
చాతుర్యముమీఱ రాజ • శార్దూలుండున్. 51

చ. ప్రబల చమూపరంపరల • భండనభూమికిఁ గొల్పి వానికిన్
సుబలుని దండనాథునివి • శుద్ధపరాక్రముఁ జేసెనెతగాన్
సబలుఁడు వాఁడు మాళవపు • సైన్యముపైఁబడ నుగ్గునూచగా
దబదబఁగూల్పఁజొచ్చినను • దంబునఁ నార్చిరి పేర్చిమాగధుల్. 52

చ. అదిగని ధర్మపాలుఁడుమ • హాగ్రహముల్ వహియించి యుగ్రుఁడై
పదనగువాలు దాల్చి పరి • పంథిబలంబులఁ గూల్చి యూఖులున్
గదిసికరాళ ఖడ్గమునఁ • గంఠము వేలెగఁ ద్రుంచిమించినన్
మెదలక జాజిపాఱు క్రియ • మెల్లఁగఁగ్రుంకెను భానుఁడస్తాద్రికిన్

ఉ. రెండవనాఁడు శంబరుఁడు • ఱేఁడులఱేని యనుజ్ఞఁబూని తా
దండధరుండు వోలెరిపు • తండములన్నెగటార్ప మాళవా
ఖండలుఁడార్చి వానిఁగడి • కండలుగాఁదఱిగెన్ మహోగ్రతన్
జండకరుండు మింటఁదన • శౌర్యముఁజూచుచు మధ్యనిల్వఁగాన్.

ఉ. మూఁడవనాఁటి సంగరము • మోహనము మించఁగ వేయికన్నులన్
జూడఁగ వచ్చెనో యనఁగ • సూర్యసుతుండు హెచ్చు మహోద్యుకొండకైఁ
గూడెను రెండుపంక్తులును • ఘోరముగా నరిసేయ సేనకున్
నాఁడు నృపాలపాలుఁడు ధ • నంజయు నామునుఁ జెప్పెఁగా పుగాన్.

చ. అతఁడు ప్రతాపవేగమున • నక్ర......నుమించి మించుచున్
శితశర ఖడ్గనారసము • ......ముల జిహ్మగ పింఛముల
జతుగతనాచునట్లు తన • ......యముల......న పాలిండదటున్
వెతకినయట్టి వీరుఁడుసు • విశాలముయు......గెల్చె నెమునన్. 56

ఉ. అంతట హస్తి లంచమున • హాయిని మెచ్చఁగ మించుమించిన
శ్రాంతయు బాణవేగమున • నేస్తిని జూపుచు హెళివావని
కాంతుఁడు వచ్చి చొచ్చె రిపు • కోటము వెల్ల సంగరస్థలిన్
వింతగఁ గిరీడివర్త్మ నురు • వీరుల భూర్మిహాముఁ జొచ్చినట్లుగాన్. 57

ఉ. చొచ్చిన వెంటఁ జొచ్చి రణ • శూరులు పెన్నప్రచండనాయకుల్
చెచ్చెర శత్రుసేనలను • చిత్రవిచిత్రముగా వధించి కా
ర్చిచ్ఛ్రమబోలి యుంటినఁ • బ్రసిద్ధవరాంకుఁడు సద్ధనంజయుం
డెచ్చిన సేనలో నపరి • దెస పుణ్యపుఁ బోవఁగ వారిఁ జైకెన్. 58

ఉ. అప్పుడు సూర్యవాశిపుఁడు • బాపరిపించెను తచ్చమూపతిన్
రొప్పర తైనవేగమునఁ • దెంపునఁ దాఁకె స్వప్రాణబాంధవున్
జప్పున వానిశీర్షమును • శౌర్యముతోఁ బడవైచి వైరులన్
గుప్పలుఁ దెప్పలై పడఁగఁ • గూల్చి యుదగ్రను శత్రుసేనమున్. 59

తే. అంత నా యస్తగిరి యను • నగముమీఁద
సౌమ్యభావమ్ము పూని యా • నగము లెల్ల
శాంతిపారమ్ము సంగాడు • సాధువోలె
భాసిలుచు నుండె నాలోక • బాంధవుండు. 60

తే. అప్పుడాలమ్ముఁ జాలించి • యుభయబలము [illegible]
ధర్మపాలుఁడు విభులను • [illegible]
నరసి యుర్వానమును [illegible] • [illegible] వచ్చి
స్నాన [illegible] • [illegible] దాల్చి. 61

తే. స్వ[illegible] • [illegible]
[illegible] భోజన [illegible] • [illegible]
మేటివాగులను మాన్పించి • [illegible]
నిర్మలంబైన మనము[illegible] • [illegible]. 62

క. ఆరేయి సార్వభౌముఁడు
పేరెన్నిక గన్న [illegible] • [illegible]
గూరిమితో సన్మానించి వి
చారము [illegible] • [illegible]. 63

సీ. సమరభీష్ముండని • చాల [illegible]
పరిబలుఁడు నుబలుపడు • బహుళంబు జూచి
శౌర్యసమగ్రుండు • సంగరద్రోణుండు
శంబరుం డనిలోన • సమయుఁ జూచి
యుద్ధదర్పభంజనుం • డగు ధనంజయుండును
దురమున నసువులు • [illegible] జూచి
వేనవేల్ వీరులు • [illegible] బోరాడి
రణరంగమందున • రాలఁ జూచి
యోర్చియుండెడు నాకు నీ • యుర్విలోన
సార్వభౌమాంక మేల నీ • సత్యమేల
యొకరుఁడే పోరి రిపుతలఁ • జెక్కువాఁడఁ
దక్కినట్టి వీరకలాపంబు • నెక్కువాఁడ. 64

చ. అనిన నృపేంద్రచంద్రునకు ♦ నాకరణీకుఁడు నేలమోపి యా
జననుతకీర్తి నీవు గను ♦ సన్నుతియొనర్పఁజాలు శేషుఁడు నీ
కనులకుఁ బండువౌనటులు ♦ గ్రక్కఁగఁ జేతఁబట్టి యొరిఁబుల్
గొని యిటు వచ్చినాఁ డతఁడు ♦ గో ప్రసంగబంధి యోర్చి పేర్చినన్.

క. మణిమయమగు బాకుం బా
గణఘూర్వపాలు కంఠమునందు ♦ రారాఁ గని యా
రణధీరా! కొను జయమౌన
ఢణఢణనిస్సాణరవము ♦ వినఁబడుఁ గాకన్. ౬౬

తే. ఇట్లు రణధీరు మన్నించి ♦ యలసి నింపి
దండనాథులఁ జూచి యా ♦ ధీరసింహుఁ
డోడుపడుఁడని శాసించి ♦ వీడుకొలుపు
నెమ్మదిగ సార్వభౌముండు ♦ నిదురబోయె. ౬7

క. లెనఘాజుల నారేయి నె
తనుఁ బతిమెచ్చంగ నడచి ♦ చారుల మట్టిన్
వననిధి చుట్టిన తెలుఁగున
నునిచెను రణధీరుఁ డంత ♦ యును జిత్రముగాన్. ౬8

క. నమ్మము మాళవపాలా
యెమ్మెయి సరిగాఁ దలఁచి ♦ ఏంచినవారున్
ఘుమ్మాటికి నిజమిది యగ
కొమ్మాయని కొప్పు కొక్కొరొ ♦ కోయని కూసెన్. ౬9

క. కని రణధీరుని తంత్రము
మునుముందుగఁ దెలుప మాళ్వ ♦ భూపాలునకున్
దినపతి యంపిన సూచన
యన వేగురుఁ జుక్క వొడచె ♦ నమరేంద్రుదిశన్. 70

తే. ఉద్ధయురాగంబులో లేని • [illegible]
ధర్మపాలుఁడు వరమేసెఁ • ఎలఁగి నరిగె
చారులయదెంచి పనదుష్టు • [illegible]న
ముట్టినని చెల్ప నాజగ • [illegible]. 71

తే. ప్రాణములు దాఁచి [illegible] • [illegible]
బ్రదుకుకంటెను [illegible] సం • [illegible]
శత్రులను జెల్చి [illegible] • [illegible]
నెవ్వ్రదిగమంట సత్కీర్తి • [illegible]డె. 72

తే. అనుచు వీరులఁ బురికొల్పి • [illegible]ప్ర-
చండతర ఖడ్గమును బూని • సమరభూమి
ధంధకార్బటిలోఁ జేరె • [illegible]లకు
శత్రుసేనాసముద్రంబు • సరకగొనక. 73

తే. సర్వసేనాధిపత్యంబు • సరగఁ దాల్చి
చటులతర సైన్యకము నెక్కి • సంభ్రమమున
మించి రణధీరుఁ డౌలఁగాచి • మిత్రులార
తడవ జేసిఁక నరులసై • నడపుఁడు [illegible]. 74

క. ఛేకీఘాంకారమ్ములు
దారుణఘీంకారములును • దస్సిన భే[illegible]
కారములు [illegible] నిరుడెన
వారలు దలవడిరి శూల • భానుఁడు దూడ[illegible]. 75

తే. సంద్రమును మించి పొంగెడు • సార్వభౌము
బలములకు ముందు మాళవ • పాలు దక్షము
చిన్నదీవినిఁ బోలియుఁ • జెలఁగిజెలఁగి
చిత్రతరముగ యుద్ధంబు • చేసెనపుడు. 76

ఉ. అత్తఱి ధర్మపాలుఁడను మ • [illegible]
నత్తినకత్తి యెత్తినటు • [illegible]
చిత్తమువచ్చినట్టులు వి • [illegible]
నెత్తురు పేరుఱులంబఱపి • [illegible]

తే. నిలిచి యాఁప్రల నలుదెస • నలమి [illegible]
వచ్చు రిపులను జూచి వి • [illegible]
నడరఁజూచియు దేహమ్ము • [illegible]
వశముగాకున్న శిరమును • [illegible]. 78

ఉ. అంతకుమున్న యుద్ధమున • [illegible]
సాంతముగా నశించిన స్వ • [illegible]
స్వాంతమునందు [illegible] • [illegible]
శాంతినిఁ గాంచి [illegible] • [illegible]

ఉ. అప్పుడు [illegible] • [illegible]
యొప్పులకుప్ప [illegible] • [illegible]
చెప్పఁగరాని [illegible] • [illegible]
దప్పక [illegible] • [illegible]. 80

తే. అనుచు [illegible] • [illegible]
గౌరవము [illegible] • [illegible]
సార్వభౌముని [illegible] • [illegible]
నంతయును [illegible] • [illegible]. 81

క. మంద[illegible]
సుందర[illegible] • [illegible]
బొందుగ[illegible]
మందార[illegible] • [illegible]. 82

ఆ. అంపధర్మపాలు • [illegible]మున[illegible]
మీపరాక్రమంబు • [illegible]
మించిపెలయునట్టి • [illegible]ని
జూడవేడ్కగలదు • [illegible]. 83

తే. అనుచు రణకేళిగాంచిన • [illegible]జపుడు
యన్న! యుం[illegible] • [illegible]
బాలులైనట్టి [illegible] • [illegible]
నెప[illegible]చూనవనాథుని • దీనుపట్టె. 84

ఉ. అక్క[illegible] చూచ్చనే[illegible] • [illegible] యుంచెపురంబులోపల
జక్కని మేడమీద సవళ • చల్లనిగాలిని [illegible]చుండగా
నక్క[illegible] సు[illegible]యును • నవ్వుచు మేళ[illegible] గొల్చుచుండఁగా
నక్కడ కేగుదెంచి[illegible] • మాదరచిత్తము తోడ భద్రియుఁన్. 85

తే. అంతవిజ[illegible]ము[illegible]తెంచి • [illegible]ముల భక్తి
తల్లికిని భద్రకును [illegible] • [illegible]లంచి
వీనులకువిందు గొ[illegible] • [illegible]వార్త
లిందుఁగలచేని చెబుపుము • [illegible]. 86

తే. అసినఁదనయుని వార్త[illegible] • [illegible]
పూజ్యుఁడగు నీదుజనకుండు • [illegible]
మనకుఁ బంపినవార్తల • విని[illegible]
నేఁటివార్తల చేలకో • [illegible]. 87

తే. సంజగావచ్చు మనములు • సంచలించె
నెట్లుగానున్నదో కదా • యాశ్వ[illegible]
విజయమగుఁగాక నాపా[illegible] • విభున కెపుడు
సుగుణమణిగణ ఖనియగు • శుభున కెపుడు. 88

తే. అని సరస[illegible] ♦ [illegible]
రాణికిఁ జింత [illegible] ♦ [illegible]నాత్మ
యుండ[illegible] గన్నుల[illegible] ♦ [illegible]మున
బ్రదికియున్నాను [illegible] ♦ [illegible].

తే. అనుచు నుండఁగఁ [illegible] ♦ [illegible]
కొల్లవోయిన [illegible] ♦ [illegible]
భయముఁ [illegible] ♦ [illegible]
చెఱనుబడి[illegible] చెప్పెని ♦ [illegible]. 90

తే. పిడుగుఁబోలిన యీ[illegible] ♦ [illegible]
పుడమిపైఁబడి సరళ [illegible] ♦ [illegible]
నేడ్పుచే భద్రి[illegible] ♦ [illegible]
బురము [illegible] ♦ [illegible]. 91

ఉ. ఆవిజయేంద్రుఁ డప్పుడు [illegible] ♦ [illegible] వేగము[illegible]
దావకృశాను[illegible] ♦ [illegible]ఖడ్గముఁ జేకొ[illegible]
భూవరచంద్రు నాజనకుఁ ♦ [illegible] నీమఁ [illegible]
కావరమి[illegible] ♦ [illegible] గాఁగఁ [illegible].

క. అను[illegible] దనయుం[illegible]
ఘనవీరాలాపము[illegible] ♦ [illegible]
తనమూర్ఛ[illegible]లించిన
వనితామణి సరళఁ దేర్చి ♦ వాత్సల్యముతోన్. 93

క. ఔరా మతుకులభూషణ
యౌరా శౌర్యావతార ♦ [illegible]
యౌరా నీబోఁటి సుతుం
డేరాజునకుండు [illegible] ♦ [illegible]ధన్యుఁడరా. 94

క. పదియాఱేఁడుల వాఁడవు
కదనంబొకసారియైన నిఁ ♦ గనవో లేఁగవు నీ
నదనెఱిఁగి నీకుఁ దెలిపెదఁ
బదపోదము రమ్ము పుత్రి ♦ పవిత్రపాత్రా. 95

తే. అనుమఁదనయుని నోదార్చు ♦ [illegible]
చెప్పఁగానంత దుఃఖమ్ము ♦ చేతఁగలఁగి
కన్నులను నీరు కాల్వలై ♦ కాఱుచుండ
భద్రివాపోయె నిట్టులా ♦ వదలఁదలఁచి. 96

సీ. కన్నవారలు నన్నుఁ ♦ జిన్ననాఁడె వీడి
చయ్యన నేగిరి ♦ స్వర్గమునకు
వలచినవరుఁడు నా ♦ వలపుఁ జూడకముందె
వీరలోకంబును ♦ జేరఁగొనియెఁ
బెంచిననాయన్న ♦ ప్రేమమించుక లేక
క్రిందుమీఁదెఱుఁగక ♦ కినిసియాడె
ననుఁజేరనిచ్చిన ♦ న్యాయస్వభావుండు
వైరిచేఁ జెడిపోయెఁ ♦ బోరిలోన
నాత్మహత్యకు నొప్పదీ ♦ యంతరాత్మ
యేమిసేయుదు నెటఁబోదు ♦ నెవరిపాలఁ
బడుదునో దేవదేవా! కృ ♦ పాప్రభావ
రేల నావంటి దౌర్భాగ్య ♦ రాలు జగతి. 97

తే. అనుచుఁ బొక్కెడు భద్రిన ♦ కుఱనను జేర్చి
చీరచెఱఁగునఁ గన్నుల ♦ నీరు దుడిచి
ప్రేమదొలకాడుచూపుల ♦ మోముఁ జూచి
సరళ యిట్లనిపలికె నా ♦ సాధ్వికపుడు. 98

తే. పతిసతులు సర్వమొకఁడైన • పరఁగుకతనఁ
బతిప్రతిజ్ఞను నెఱవేర్ప • సగినవలయుఁ
గాన నినుఁ గామచారంబు • ఘనుఁడు దాన
స్వామియాజ్ఞను దలఁదాల్చి • ప్రజలు దాన. 99

తే. అనుచు నిద్దఱిఁ దోకొని • యాదిసత్వ
సర్వరక్షకు సర్వాత్ము • సర్వసాక్షి
దలఁచినకొలంది ప్రార్థ్యంబు • నిరుసరైరై
రేయిఁబవలును నడచుచుఁ • బోయిపోయి. 100

మ. నటదుత్తుంగతరంగమాలికలతో • నానాజలౌకాళితోఁ
దటభాస్వత్పటుసారపద్రములతో • నావర్తవాహంబులతోఁ
జటులోద్యోతవరాంగరాజికలన • ...వాతంబులతోఁ
నటరంజిల్లెడు శ్యామగానదిని గాంచె • మార్గప్రకర్షంబులోఁ. 101

ఆ. అంత నా నదివంచి • యెంతో నా మునుపున
దివ్యదృశ్యములను • దేవదేవు
మహిమఁ జూచి చూచి • మది సంతసిల్లుచుఁ
గొంతకాలమందు • ... 102

సీ. అలలచే నెలమి ను • ...
... • రజితమిత్రి
చప్పుడింపయుచేర • ... నడుసుటఁ
... • ... మించి
భూరివేగమున గల • ...
... • ... దగడి
కడలిలోపల నల్ల • ... మునవిందు
తిమితిమింగిలముల • ... దగ్గ

మోతయును [illegible] ♦ [illegible]
విరులానది దాఁటి ♦ వే[illegible]
యుద్ధచరియుం బొ[illegible] ♦ [illegible]
నద్భుతముగారిపారి వి ♦ [illegible]. 103

తే. దాఁటి [illegible] ♦ [illegible]
దేవముని నమ్మి [illegible] ♦ [illegible]
యుడ్వులను [illegible] ♦ [illegible]
[illegible] రాత్రి [illegible] ♦ [illegible] 104

[illegible] కాంచి [illegible] ♦ [illegible]
సంచలనంబు [illegible] ♦ [illegible]
ముంచిన భక్తి [illegible] ♦ [illegible] బో
[illegible]దముని[illegible] ♦ [illegible] రెండవశ్రీముఁ.

క. హేరావ[illegible] యును నా[illegible]
చేరంజని సకలసకల ♦ [illegible]
భూరిమహాద్రిముఁ జూపును
నారమణికి భద్రకనిమ ♦ [illegible]. 106

సీ. నాశైలరయేటిల ♦ [illegible]
నెలమితో నానందించి ♦ [illegible]
నాభవ్యతరువుల ♦ [illegible]బుల
నాపేర మొనరించి ♦ [illegible]
నాగుహాంతగముల ♦ నాగ[illegible]
భక్తితో ధ్యానించి ♦ వరఁగుఁ [illegible]
నాపావిత్రతుల్లెలఁ ♦ జూపునాలనిలీల
మించుప్రేమమ్మున ♦ మెలఁగుఁ [illegible]

లనుచుఁ బత్రాహపుఁ [illegible] ◆ [illegible]
మనకు భగవంతుఁడే యిచ్చె ◆ [illegible]
గాన నీమహానీయుని ◆ [illegible]
యీవిపత్సాగరమునకి ◆ [illegible] 107

తే. అనుచు నాకొండయుఁడవశ ◆ [illegible]
జక్కఁగాఁ బొల్చు [illegible] ◆ [illegible]
యందు వసియించు [illegible] ◆ [illegible]
డగు పరాత్పరుఁ [illegible] ◆ [illegible] 108

మ. అటమందారకుసుమ [illegible] ◆ [illegible]
తటభవశ్రీ వెలసించి [illegible] ◆ [illegible] గానసుశ్రీ
గుటిలాత్మాండని మాకు [illegible] ◆ [illegible]
నటు నావళ్లనము [illegible] ◆ [illegible]

[illegible]

మతిజితరిపుసూత్రా ◆ [illegible]
పరికవినుతిపాత్రా ◆ [illegible]
అతులగుణపవిత్రా ◆ [illegible]
సతతశుభచరిత్రా ◆ సజ్జనోద్యాన [illegible]. 110

గద్య.

ఇది శ్రీ పరమేశ్వరకరుణాకలితకవితావిలాస శ్రీ రామల
క్ష్మాంబా బుచ్చివేంకటరామాత్యతనూజాత సకలసజ్జనవిధేయ
ఆదిపూడి సోమనాథనామధేయ ప్రణీతంబయిన శ్రీ
విజయేంద్రవిజయంబను సుప్రబంధంబునందు
ద్వితీయాశ్వాసము.

శ్రీ

విజయేంద్ర విజయము.

ప్రథమాశ్వాసము.

క. శ్రీవిశ్వభవ గోపేంద్రా!
కేవల విద్యాపరిపాక ♦ కృష్ణమహీంద్రా!
పావన గుణగణసాంద్రా!
రావుకులక్షీరాబ్ధి ♦ రాకాచంద్రా! 1

క. ఆలింపుము మందారము
డాలీల నద్భుతసాలు ♦ ననుపమశీలుం
జాలిగొనక నాంతలోనిపి
యేలిక మాళవను సుజల ♦ కెల్లను బులిస్తాయి. 2

క. ఆమేందను పిల్లగడచిన
నామేంద్రుల చేనిసుకకు ♦ హస్తలసత్కంజే
కూరెను యావనరాజ్యం
బేరును వర్తింపఁగాని ♦ యింపుగ్నింపెన్. 3

తే. అవయవంబులు స్ఫుటములై ♦ యలరఁదొడఁగ
వింతగా మేనిలోనాక ♦ కాంతిగలిగ
స్వరము హృద్యమ్ముగా మారె ♦ శౌరుమీఱె
బాలయీలీల నప్పుడు ♦ కేళిసలిపె. 4

ఉ. చెంగుననేఁగి గన్నెమును ♦ [illegible]
మంగళగీత జాతముల ♦ [illegible]
ముంగురు లెంతయుం గవల ♦ [illegible]
న్బాంగిజలాశయమ్ము [illegible] ♦ [illegible] 5

మత్తకోకిల.

ఎల్లవిత్తైలఁ బుత్రి [illegible] ♦ [illegible]
తల్లినిన్మఱపించి [illegible] ♦ [illegible]
యుల్లమందుఁ బరేశ [illegible] ♦ [illegible]
రెల్లరుం దను [illegible] ♦ [illegible] 6

సీ. ఒకరునాఁడు [illegible] ♦ [illegible]
[illegible] ♦ [illegible]
[illegible] ♦ [illegible]
[illegible] ♦ [illegible]
దాని [illegible] ♦ [illegible]
[illegible] ♦ [illegible] యున్న దాన
ననిన మా [illegible] ♦ [illegible]
[illegible] ♦ [illegible]
యనిన [illegible] ♦ [illegible]
భక్తి [illegible] ♦ [illegible]
దలఁచి [illegible] ♦ [illegible]
దొరఁగు [illegible] ♦ [illegible] 7

సీ. [illegible] ♦ [illegible]
[illegible] ♦ [illegible]
సుందరసన్ని [illegible] ♦ [illegible]
[illegible] ♦ కల్పతరువో

మానవ[illegible] ♦ [illegible]స్వామి సృజించి
[illegible]ను [illegible]ములను ♦ సుకృతినాఁడు
[illegible] ♦ స్థానముల నాటంగఁ
[illegible]లులో ధర్మ్ములఁ ♦ బంపినాఁడు
నాఁడి[illegible]లఁ [illegible] ♦ [illegible]
తెలుఁగుమన్నాఁడు బౌద్ధు[illegible] ♦ విమలకీర్తి
స్థాపించిన[illegible]ను వసుధచేతఁ ♦ [illegible]
సర్వమర్పించి వెలఁగిన ♦ [illegible]మూర్తి. 8
సీ. [illegible] ♦ [illegible]
[illegible]గా నెంచి [illegible] ♦ [illegible]గాంచి
యున్న సన్యాసురాలనై ♦ [illegible]
ధర్మ[illegible] ♦ [illegible]. 9
తే. [illegible] బంపినుబడ నేళ ♦ [illegible]
సర్వవినుతుఁడతఁడుండఁడా ♦ [illegible]వర్తి
[illegible] మేకాని మాంసమ్ము ♦ చవిగొన[illegible]
సాదరంబున నెల్లర ♦ నరయుచుండు. 10
క. అతని శిలాశాసనత[illegible]
యతులితమై వెలయుచుండు ♦ [illegible]
వెతకిన నతనిసమానులు
[illegible]తలమ్మున నుండఁబోరు ♦ [illegible] నృపతుల్. 11
ఉ. ఎందఱురాజు లిద్ధరణి ♦ నేలిరి గారు నృపాల కోటిఁ బూ
[illegible]ందుని మించి [illegible] ♦ [illegible] పోలినారె యా
[illegible]ందము[illegible]చందము ద ♦ [illegible]కంద ము [illegible]యందునే
కందును జూపఁజాలమిఁకఁ ♦ గల్ప[illegible]ంబులు [illegible] చూచినన్. 12

తే. అతఁడు మీమేలుమఁగఁడని • యొప్పుకొనెఁ
గాన మీరస్మహోత్కృష్టధ ♦ ర్మానుసరణిఁ
జెల్లెలిని నాదరింపుడుఁ ♦ జెలఁగ నెల్లఁబు
మాంసభక్షణమును మాని ♦ మనఁగవలయు. 13

తే. పతితపావనభక్తహృ ♦ త్పద్మసదన
సూరులందఱు నభినవా ♦ శోకుఁడనుచు
నాదుజనకునిఁ బొగడంగ ♦ మోదమందు
భాగ్యమది నాకుఁగల్గునె ♦ పశుపతిప్రభు. 14

ఆ. అనినహర్షలతను • నాగసుమ్మనఁ జూచి
యమ్మ! భద్రిసేదె ♦ యోవిరాప
సేవించియువాఁడ ♦ సెకఁడఁజను బాఁడ
నను మనుమన్నలింపు • నవనివిభుఁడు. 15

తే. అంతలో నాకక్రూఁడగు దెంపి ♦ యధిప! నాధిప!
కూర్చిరమృగములు గాచినముక్ • గూర్చె మీకు
భూవరుల కార్త రక్షణ • భూషణంబు
కానవెడలును వ్యాఘ్రిపం • ఘనములఁ జనుము. 16

తే. అనినవానికి సరివత్తు ♦ ననుచుఁ దెలిపి
పంచిహర్షలతం జూచి ♦ బాల! నీవును
వ్యాఘ్రిమాను మాంసహారిని ♦ వసుధనల
జేవుఁడుసృజించి శౌర్యంబు ♦ దీసికొనఁగ. 17

తే. అనినఁ జిఱునవ్వునవ్వి యా • యన్నుమిన్న
కన్నతండ్రికి మనమున • నున్నచిన్న
సంశయమ్మును నెగఁజిమ్మ ♦ చతురసరణిఁ
బలికెనిట్టులు వినయమ్ము • దళుకుఁబొత్త. 18

చ. తమతమ జట్టువీడనివి ♦ ధర్మ్ములజంతుల సాక్షిపెట్టఁగా
సమద మృగోత్కరమ్ములను ♦ సంసృతిలో సృజియించి దేవుఁడ
క్రమముగఁ జేర్చి బొబ్బల మె ♦ కమ్ములు గ్రామములందుఁ జొచ్చినన్
మము సృజియించె వానిఁదును ♦ మాడఁగ నాస్తుల యార్తిఁ దీర్పఁగాన్

తే. సములనధికులతోఁ బోర ♦ శౌర్యమగును
దీనరైయొంటి దిరిగెడు ♦ దానిమీఁద
కుఱికి వ్యాఘ్రంబు చూపెడు ♦ నుగ్రవృత్తి
క్రౌర్యమగుఁగాక కేవల ♦ శౌర్యమగునె. 20

చ. అనిన మహీంద్రుఁ డామెకను ♦ నమ్మరొ సృష్టినిఁ జూచి కాదె యీ
మనుజుఁడు నేర్చుచుండును స ♦ మస్తగుణంబులు గాన మాంసమున్
దినెడు మృగంబులం గనుచుఁ ♦ దేఁకువఁ బ్రాణులఁ జంపి కూరిమిన్
దనకశనంబు చేసికొను ♦ దప్పనియెంచక మానవుండిలన్. 21

చ. అనినఁ గృపాస్వరూపయగు ♦ నాసుతయిట్లను మీను మీనులన్
దినఁగనుజూచి మానవుఁడు ♦ దెంపున మానవునిన్ భుజించునే
మనకుఁ బరాత్పరుండు పెరి ♦ మన్ దయచేసిన బుద్ధిఁ జూపఁగాఁ
జనదె సమస్తకార్యముల ♦ సర్వమెఱింగిన మీకుఁ దెల్పనే. 22

తే. ప్రాణిప్రాణంబు దీయుట ♦ పాపమందుఁ
దెలియఁడెవ్వఁడు జిహ్వను ♦ దృప్తిలేక
నరకమార్గంబులోఁ బడి ♦ సరకుగొనక
వంచనము సేయఁ బూనునీ ♦ శ్వరునిగూడ 23

తే. అనుచుఁ జిత్తంబు పరకృపా ♦ యత్తమగుడు
నమ్మ! నమ్మము నేను మాం ♦ సమ్మదినను
గాని వేఁటను రణమునఁ ♦ గడఁగినపుడు
ప్రాణులను జంపకుండఁగాఁ ♦ బరఁగుటెట్లు. 24

తే. అనిన ధర్మమ్ములన్నియు ♦ నరసినట్టి
పరమకోవిదయగుట నా ♦ భవ్యచరిత
హర్షలత సెప్పె నివ్విధి ♦ నవనిపతికిఁ
జక్కఁగాఁ దెలియునట్లు ని ♦ స్సంశయముగ. 25

తే. క్రూరమృగములఁ బైరులఁ ♦ గూల్చుటరయఁ
బ్రజల రక్షించుటకుఁ గాన ♦ రాజులకును
ధర్మమైయొప్పు దీనిని ♦ దప్పువార
లిందునందును సౌఖ్యమ్ము ♦ లందలేరు. 26

మహాస్రగ్ధర.

జనకా నీవెంట వత్తున్ ♦ సరసరపులులన్ ♦ జంపిచెండాడితెత్తున్
వనముల్ వేవేగఁ జొత్తున్ ♦ వనమృగతతులన్ ♦ వాలునన్ జీల్చివైతున్
విను నేఁ జెప్పంగఁ జాలన్ ♦ నవనవవిధులన్ ♦ సంచరింతున్ గలంతున్
గనమీరల్ నాదుశక్తిన్ ♦ గడఁగెదు సుగతిన్ ♦ గాఢశౌర్యప్రస
క్తిన్. 27

తే. అనుచుఁ జేలమ్ము నెగఁగట్టి ♦ యూడుచుండు
కొంగుఁ జక్కఁగ దోఁపి ముం ♦ గురులదువ్వి
వేఁడిఁ జొల్లెముగాఁ జెట్టి ♦ వీరరసముఁ
గుమ్మరించుచు మోమునఁ ♦ గొమ్మ నిలిచె. 2

తే. చూచి భూవిభుఁ డామెను ♦ జోద్యమంద
యిమ్మ నా చిన్నిముద్దుల ♦ గుమ్మ రమ్మ
వేఁటలో నీవు విహరించు ♦ విధముఁ గాంచి
ధన్యుఁడయ్యెద మత్ప్రియ ♦ తనయ! యనియె. 29

ఉ. అంతట వారలిర్వురుహ ♦ యంబులనెక్కి కృపాణపాణులై
వింతగ నందఱుంగనఁగ ♦ వేఁటకు వెళ్ళిరి ధంధణార్భటిన్

బంతములాడుచుఁ జెలఁగు శునక ♦ వర్గముఁ దోఁగొని సారథ్యాతోఁ
జంతులముందు వెనుకలఁబడి ♦ స్తంభబోయిలుగాఁ బల్కుచుండఁగాఁ

తే. జనకుఁడును దిక్కయియాకీర్తిఁ ♦ జనివనమ్ముఁ
జొచ్చి విపినియుంతటఁ ♦ జుట్టునున్న
హాస్యలత పూని యానంద ♦ మగను మునిఁగి
తండ్రికిట్లులు పలికెను ♦ దాదియొకతె. 31

తే. విశ్వపతి మందిరమ్మున ♦ వేడ్కమీఱ
గుండ్రనైపోల్చ బల్లయీ ♦ క్షోణి పలను
లీలగా నావసంతుఁడిఁక ♦ నాలియిడిన
చారుతరపుష్ప గుచ్ఛమ్ము ♦ భూరివనము. 32

సీ. పలురకమ్ములపూల ♦ పరిమళమ్ములఁ గూర్చి
నాసకు నొడగూర్చు ♦ నవ్యసుఖము
పలుతెఱంగుల పక్షి ♦ కులరవంబులఁ గూర్చి
వీనులకును గొల్పు ♦ విందు సతము
వివిధవృక్షమ్ముల ♦ వింతగా జతఁగూర్చి
యొదగించు నిదె నయ ♦ నోత్సవమ్ము
సుమరసమ్ముల నెల్లఁ ♦ జోద్యమ్ముగాఁ గూర్చి
జిహ్వకుఁ దేనెచేఁ ♦ జేకూర్చుదము
చాలఁగ యిట్టులు చిత్రిది ♦ చిత్రగతులఁ
బరమపూరుషు మహిమా ప్ర ♦ భావిభవముఁ
దెల్లముగఁ నందఁజేఁగాదు ♦ తెన్నునందుఁ
జాటుచున్నది చూడుఁడీ ♦ చారువనము. 33

సీ. ఒడలికెంతయు ♦ వడగాలిసోఁకుచు
దుస్సహమ్మైఁ గ్రొమ్మెగ్రి ♦ ష్మమ్మునందుఁ

గాన నభ్యంగన • స్నానమున్న నరించె
వనల పెత్రు చిరిలంగా • వర్షమందు
నెమ్మితోఁ గూర్చుండు • సీ[illegible]పలుఁ
దడియయాకోన శరగ • త్సమయమందు
గమగమ వాసనల్ • గ్రిమ్మరిం[illegible]నలు
హిమా కాలమందు మా • పమును బట్టెఁ
దలనునంటిన పొట్టును • దులిపి దులిపి
చిక్కు వెడలించు కొనియెను • శిశిరమందు
నెల్లనగలను దాల్చె న • నేకకరణి
నెంత మెఱుపైనా కనుఁబడె వ • సంతమందు. 34

తే. అడవి నౌర మహద్దశ • యందుఁ బెట్టి
దాని చేఁదన్నుఁ దనచేత • దాని నెలమిఁ
గాచుచుండును వ్యాఘ్రిసం • ఘంబు జగతి
నీశ్వరుని సృష్టి వైచిత్ర్య • మేమి చెపుదు. 35

తే. అనెడు నంతలోన • నావలనొకవంక
భయముచేత గుం[illegible] • బిడ్డలను దాఁ
జెట్లమీఁదనుండె • చిన్నపిల్లలతోడఁ
గోఁతులఱచి కొను చుఁ • గూలెనవని. 36

తే. అంత వ్యాఘ్రి మొరసె[illegible] • [illegible]కరుదెంచె
బోయల[illegible] • పులిపులియని
బల్లెములను జేతఁ • బట్టికేకలువేయు
నపుడు హర్షలత మ • హాగ్రహమున. 37

'. పలకనువాలుం జేకొని
పులికెదుటను నిల్చె నదియుఁ • బొంచి పయికిఁ దా

నలుకమెయి నెగురఁ బలుకఁ
జులుకనగా నష్టమిడియె ♦ సూటి మెఱుంగఁగా!

ఆ. ఇట్లు డాలు నడ్డ ♦ మిడె తనకత్తితోఁ
బొట్టజీల్చివైవ ♦ బొబ్బపెట్టి
భూమిమీఁద డొల్లి ♦ పులిప్రాణముల విడె
హర్షలతను బొగడి ♦ రందఱపుడు.

క. వీరమణీ ! రావేయని
కూరిమితో వెన్నుదట్టె ♦ కూఁతు శిరముఁ దా
మూరుకొనె మనుజనాథుఁడు
సారెకుఁగనులందు హర్ష ♦ జలములు రాలన్.

తే. అంత రాకన్నె తండ్రికి ♦ నమలభక్తి
మ్రొక్కి యిట్లనెఁ బరమేశుఁ ♦ డక్కజముగ
బులికి మృదుశరమ్మైనట్టి ♦ పాట్లు నివారింప
గాన నేఁ జీల్చఁగల్గితిఁ ♦ గంటి వినుతి.

తే. అనెడులోపల బోయలు ♦ వనముఁ దిరిగి
భక్తికొలఁదిగఁ బండులు ♦ పలురకములు
పూవుఁదేనియతోఁ దెచ్చి ♦ మ్రొక్కి నిల్చి
యంత భూకాంతుఁ డెంతయు ♦ నలయనప్డు.

సీ. పనసపండులఁ గోసి ♦ తొనలుగా విడఁదీసి
యుంచె నాకున చాని ♦ నొక్క
మంచిమామిడిపండ్ల ♦ మించు కత్తినిగోసి
ముక్కలుగాఁ బెట్టె ♦ నొక్క
వెలఁగపండులయందుఁ ♦ గల గుజ్జుఁదగఁదీసి
యొక్కచో నిడిరొమ ♦

బువ్వలేనియా వంచి • పొలుపగు దొన్నెలఁ
జక్కఁగా నించెఁ దా • నొక్క బోయ
యొకఁడు వీణమ్రోచు నిలఁబడె • నొక్కవంక
నొక్కఁ పాటల వినిపించె • నొక్క వంక
నొకఁడు పలురవములు పలికె • నొక్కవంక
నొకఁడు విలువిద్దెలను జూపె • నొక్కవంక. 43

సీ. అప్పుడు తండ్రియుఁ సుతయు • నాఫలముల్ భుజియింప నుండఁగాఁ
జప్పన నొక్క కాకెనుము • చక్కఁగ వారలపైకి దూకినన్
గొప్పన నారిఁ గూర్చి యొక • క్రూరతరంబగు బాణరాజ మా
యుప్పలకు దప్పనాటెను మ • హోగ్రతి దాని లలాటము చ్చిపోక.

క. గిరిగిరఁ దిరుగుచు నిలఁబడి
తొఱగెను బ్రాణంబులంత • దుష్టవ్యాఘ్రంబున్
బొరిగొనిన తనపుత్రినిఁ
బరిమాదర దృష్టిఁజూచి • ~~[illegible]~~ ధ్రువరుఁ డెటులన్. 45

తే. హార్ష్లతి తల సైఁదన • హాస్త్రముంచి
యమ్మనూ జెండ్లు బ్రతుకవే • యనుచు బిడ్డ
కొండపై వచ్చిగండమ్మ్రు • కోనకుమందు
వలెను దాఁ దేలిపోయెను • బాలసేఁడు. 46

తే. అనినఁ జూచితి రాతండ్రి • యాకులలము
రిగెడునిసికి నెంతటి • తెగువగలవో
యొకొక్కొ కప్పుడుపులినేని • నుక్కడంచు
నిలను గర్వంబుమాంసహా • రులకె కాదు. 47

ఉ. ప్రబలమైన బలము • పశువులకున్నను
జగతినిండ శత్రు • చయములున్న

బుద్ధిబలముచేత ♦ భువిలోన మనుజుండు
వీనినన్నిఁ నోర్చి ♦ వెలయుచుండు. 48

తే. ఎంతబలమున్న శౌర్యమ ♦ దెంతయున్న
నాకర్షణమ్ము చేనిది ♦ యుక్కడంగె
నెట్టిబుద్ధిని మనకిడె ♦ నీశ్వరుండు
గాంచి సుఖముల నాతనిఁ ♦ గాంచుకొనుఁడు. 49

క. అనుచు సుఖాలాపమ్ములు
జనపునితోఁ దనయుఁడాడు ♦ సమయమున [illegible] నా
ఘనముఱిమినట్లు రవములు
మనములు సంచలనమందు ♦ మాపిక్కవినఁబడెన్. 50

కవిరాజవిరాజితము.

పులులిరువంకల ♦ బొబ్బలు వెట్టుచు ♦ భూరిభయంకర రూపములన్
దలఁకక వచ్చెను ♦ శౌర్యవినోదులఁ ♦ దండ్రియు బెద్దయు దర్పముతోన్
దలరొకవంకకుఁ ♦ దప్పిరి కిష్ఠులు ♦ దాల్చి హయమ్ముల నెక్కివ
జీర
జెలఁగుచు బోయలు ♦ సింహనినాదము ♦ సేయుచు వెంటను గొల్చి
చనన్. 51

ఉ. అక్కడఁ బర్వతంబుపయి ♦ నా విజయేంద్రుఁడు మానశిక్షచేఁ
జక్కఁగ నెల్లవిద్దెల వి♦ శారదుఁడై సమాగమనంబున సం
దక్కజమైనపాండితిని ♦ న[illegible]
యక్కరువాళునీశ్వరుని ♦ యాదరదృష్టిఁ [illegible]. 52

సీ. వీరలక్ష్మి వసించు ♦ విపుల స[illegible]స్థలం
బన వక్షము విశాల ♦ మగుచుఁ జెలఁగ
బ్రహ్మతేజంబును ♦ బ్రహ్మరంజిల్లెడు
పద్మపీఠంబయి ♦ వదనమొప్ప

నయనాబ్జములు దయా • నాట్యరంగంబులై
రొమన తోనికాంతులు • నీనుచుండ
శౌర్యసాగర జన్య • సముదగ్ర వీచికా
ద్వ్యయమున బాహువుల్ • ఏనయదుండ
నూరుతేమని చెప్పను • ఏగులలరి
యూరయని తలపాఁచెపు • నస్లు మెఱయు
భవ్యగుణావన సామ్రాజ్య • పట్టభద్రుఁ
డగుచు వెలుఁగొందె మన్యంచి • నాగురావోలె. 53

తే. ఇట్లువిలసిల్లు నావిజ • యొండుర్గిఁ డెపుడుఁ
ధనపుఁ దల్లియాయు గురువయి • తనరుచుండె
యన్నివిధములఁ నరసెడు • నమలమతికి
నరళకరిభక్తి సేవలు • సలుపుచుండు. 53

తే. మఱియు భగవంతు సద్గుణ • మహిమఁదలఁచి
మేనఁబులకాంకురమ్ములు • మించుచుండఁ
గనులహర్ష జలమ్ములు • గాఱుచుండ
నద్భుతానంద పరవశుఁ • డగుచునుండు. 55

సీ. ఒకసారి పరమేశు • నుత్సంగ మబ్బిన
యట్లైన నెంతయు • నలరుచుండు
నొకసారి భగవంతు • నకలంక వాక్యముల్
వినఁబడినట్లైన • వీనులొగ్గు
నొకసారిఁ దను దేవుఁ • డుద్ధరింపఁగ నెంచి
నట్లైన హస్తమ్ము • లట్లెచాఁపు
నొకసారి తనలోటు • లకు స్వామికినిసిన
యట్లైన దుఃఖాగ్ని • యందుఁగాఁగు

నిట్లునిర్మల భక్తిచే • నెసఁగుమంత
న్యాయమార్గమ్ము లోపల • నడచుచుండఁ
గరుణయును న్యాయమెచ్చటఁ • గాంచినచట
సర్వమయుఁగాంచి నట్టులు • సంతసిల్లు. 56

తే. ఇట్లు తల్లినిఁ బరమేశు • నెలమిఁ గొఁడ
గొలుచుచుండియుఁ దండ్రికిఁ • గలిగినట్టి
దుర్దశఁ దలంచి వైరిపై • దూఁకమెండు
మాతయాజ్ఞ నిరీక్షించి • మసలుచుండు. 57

క. ఇటులుండఁగ నొకదినమునఁ
దటుకున నరుదెంచి సరళ • తనసేన్యములన్
బొటపొట నీరుంగార్చుచు
నటమటతో నిట్టులనియె • నాపుత్రకకా. 58

చ. తుదిమొదలంట విద్యలను • దోరపుఁగూరిమి నేర్పినాను నన్
ముదమునఁ దేల్పఁగాఁదగదె • పోయిభవజ్జనకున్ మహాత్మునిన్
పాదమునఁబట్టినట్టి కృప • మాలిన యాఖలులోర్చిరాఁగ దే
యుదిచనునీకుఁగాదె విజ • యేంద్ర! కుమార! వివేకసాగరా!.

తే. తల్లిదండ్రులవెతఁ దీర్పఁ • దలఁపఁ జేసి
దైవభక్తిని జిత్తమ్ముఁ • దడపఁ జేసి
నరులనాజినిఁ జీల్చి చెం • డాడఁ జేసెఁ
గలుగ నేటికి క్షత్రియ • కులమునందు. 60

సీ. ఈవిజయేంద్రుఁడే • యెల్లవిద్యలఁ దేజి
ఖ్యాతి నద్దికులఁ • గాంచునంచు
నీ విజయేంద్రుఁడే • యెంతయు శౌర్యంబుఁ
జూపివైరులఁ దెగఁ • జూచునంచు

నీవిజయేంద్రుఁడే • యిలమిలో సీతలఁ
బోషించినసత్కీర్తిఁ • బొందునందు
నీవిజయేంద్రుఁడే • యీశ్వర భక్తిని
నిరతుఁడై ధర్మాన • నెగడునందుఁ
జెప్పుచుండిన నీతండ్రి • చెలువుబడయు
నతని విడిపించి తెచ్చుట • యర్హమయ్య
పూతచారిత్రమును జాటఁ • బోఁగదయ్య
యిద్ధగుణసాంద్ర నావిజ • యేంద్ర! చంద్ర! 61

క. అనినన్ జేతులు మోడ్చి
జననీ నీయాజ్ఞఁ బూని • జాలకయుంటిన్
గొనకొని నాఁటికిఁ గలిగెను
జననము సఫలమ్మొనర్చు • సమయము నాకున్. 62

ఉ. సజ్జనసంగ్రహానుభవ • మాన్యచరిత్రుఁ బట్టినట్టియా
సజ్జనవైరిపై నడచి • సంగరమందు జయించి తండ్రినీ
పజ్జకుఁ దెచ్చి మ్రొక్కెదను • పాపములోఁ బరమేశునెంచుచున్
సజ్జననీ కృపామతిని • మాకు దీవెనలిచ్చి పంపుమా. 63

తే. అనుచు హస్తాబ్జయుగ్మము • నానపఁజేసి
కనుల సంతోషబాష్పముల్ • గ్రమ్మ
జనని పాదాబ్జములకుఁ • సాఁగి మ్రొక్కి
దీవెనలొసఁగను బిడ్డ • దేవదత్తు 64

క. తెమ్మా విజయేంద్ర వరుఁడ
దెమ్మా నిజజనకునింటికి • దీవెనలొప్పన్
కొమ్మా నాప్రియసుతుఁడా
పొమ్మా నేఁడె పనిగొని • బోధమునకు సుతుఁడ. 65

తే. వంగనేలుచునుండుమ • ద్రా[illegible]
సంగరాంగణభీముండు • సరగ నతనిఁ
జేరి పోరికిఁ బురికొల్పి • భూరిజయము
గొమ్ము నాపుత్త్రరత్నమ • పొమ్ము పొమ్ము 66

తే. అనిన దక్షినిఁ గట్టిచే • హమ్మునంటఁ
కవచమ్ము తొట్టి తలపాగ • చుట్టి బాహు
పురులఁ దగిలించుకొని పాద • ములకుమంచి
రక్షలను గూర్చి పరమేశు • రక్ష వేఁడి. 67

తే. ఒక్కభుజమునఁ జాపంబు • నొక్కఁ దూణి
బాణములపొది మఱియుఁ గ • త్తెపుఁగత్తి
యొక్కచేతను గత్తిమ • నొక్కచేత
డాలుగీలించి వెడలె న • బ్బాలుఁ డార్చి. 68

తే. వెడలి యివ్విధి గిరిదిగు • వీరవరుఁడు
ధరణిపయి కాలుమపగ జేం • ఏపుమ్రఁజూచి
యేచి మేరువు డిగ్గు మృ • గేంద్రుకరణి
భూరిశౌర్యావతారమై • పొల్చె నంత. 69

సీ. అటవృక్షలతతాను • హయము నెక్కి పోఁటాను
లటిఁబులింగని తేజి • శరముకాదరి
భఱ్ఱునను జికెను • బాణవేగమ్మునఁ
బట్ట నెవ్వరికిని • వశముగాక
రాళ్ళజప్పలఁగాని • ముళ్ళగుండ్లను గాని
సరకు సేయక పాఱె • సరభసమునఁ
బరువెత్తి యిట్టులు • ఘట్టునఁబడఁ ద్రోసె
నామెను నంతట • నదియుఁ గూలె

నంతలోపల వ్యాఘ్రంబ ♦ దెప్పెవచ్చి
యొకఁడెట్టున దానిపై ♦ కుఁకెకపట్టి
గోళ్ళతోఁజీల్చి రక్తంబుఁ ♦ గ్రోలుచుండె
మూర్ఛలోపల నతఁడన్య ♦ మునిఁగియుండె. 70

క. అత్తెరువున విజయేంద్రుం
డత్తఱిఁ బోవుటనుబట్టి ♦ యప్పులిఁ జెక్
దుత్తమ్ముఁడై యిలఁగూలఁగ
నిత్తఱిఁగనుమఁడుఁ గాదె ♦ యూర్వశివమహిమల్. 71

ఉ. అవ్విజయేంద్రుఁ డంతఁగని ♦ నావలఁ బోరలఁ బడ్డదానికా
నెవ్వరులేని దానిఁబడ ♦ నేశ్వరుఁడగతి యుంచుమూర్ఛలో
నవ్విధినుండుదానిఁ డిన ♦ హస్తమునందిడి ఖడ్గముప్పుడున్
నివ్విధిఁగోల్పు దానిఁ గడు ♦ నెమ్ముటఁ బోఁగుదునుండుదానిఁదాన్

ఆ. చూచియోర్వలేక ♦ సువ్వెలంగాన
నొకఁడపయసులోన ♦ నొక్కఁకొండఁ
దల్లిభవ్రిలకను ♦ దానిట్టులనఁటెను
జాలిఁబొంది యుపుడు ♦ చనిమాన్పు. 73

తే. అమ్మ! యిఁకకొమ్మ చెప్పంగ ♦ నలవి కాదు
మూర్ఛమునిఁగిన పక్కటా! ♦ బోరలఁబడి
గుట్టమునుబట్టి యొక పులి ♦ గొఱుకుచుండఁ
జంపితిని మీరునామెర ♦ క్షింపవలయు. 74

తే. అనిన నాతనిమెచ్చుచు ♦ నాక్షణంబ
కొంతజలమును వస్త్రముల్ ♦ గొన్నిగొంచు
సరళయును భవర్షిలావీరు ♦ సరఁబిఁజనిరి
హర్షలతయున్న చోటికి ♦ నతిరయమున. 75

తే. అంత విజయేంద్రుఁడజ్ఞాని • యనుమతిఁగొని
తండ్రి విడిపింప కోరిక • తన్నుఁదఱుమ
నీశ్వరుని భక్తిఁ దలఁచుచు • హృదయసీమ
వంగదేశపు మార్గంబు • పట్టి చనియె. 76

తే. అంత భద్రియు సరళయు • హస్తలతను
జేరి మెల్లఁగ నకటన్య • చేతనున్న
ఖడ్గమును దీసి వైచిరి • గాలిఁజీల్చ
వెలికలఁబకుండఁ బెట్టిరి • విసరిరపుడు. 77

తే. భద్రి తడిబట్టచే నామె • వదన మెల్ల
దుడిచెఁ జక్కఁగ రక్తమ్ము • పారఁగినట్టి
చోటు తెల్లను గడిగెను • శుభ్రముగను
దెల్లముగ హస్తలతయుఁ • దేటపడెను. 78

తే. అప్పుడాశ్చర్య మగ్నయై • హస్తలతను
జూచు భద్రి మొగమ్మునఁ • జూడ్కి నిలిపి
సరళ పల్కెను నో భద్రి • సరగఁ దెల్పు
మీ మె రెవ్వరో వినెదనే • నెలమి మీఱ. 79

తే. అనిన సరళకు నిట్లనె • నమ్మ! వినుము
ఈమె నా మేనగోడలే • నేమిచెపుదు
దీని మూఁడవ మాసానఁ • దీసెఁదల్లి
పెట్టి నా యొడిలోపల • నిడ్డదీని. 80

తే. ఏను విడనాడి వచ్చిన • నీశ్వరుండు
మరల నాయొద్దకే తెచ్చి • మహిమఁ జూపె
నదిగోఁ గన్నులు దెఱచెనా • యాసపడుచు
నున్నదొక యింత త్రాగింతు • నుదకమిపుడు. 81

తే. అనుచు నీరను దాఁగింప • హార్లలనయుఁ
దెల్పి చక్కఁగ వచ్చినఁ • జేజిహాని
భద్రి నత్తాయనుచుఁ బిల్చి • పడెను మీఁద
నత్తయును గౌఁగిలించెను • హార్లిలెను. 82

తే. అప్పుడన్యోన్యమును వార • లగపడిచిన
యప్రమాప్రేమఁ గనుఁగొని • యమలసరళ
ప్రేమసాగరుఁ బరిబ్రాన్తు • విమలవిభుని
సర్వసాక్షిని సర్వేశు • సంస్మరించె. 83

ఆ. అంతభద్రినడిగె • నాహార్లలతయువ్వ
డత్తయొవ్వతి మ • వాగ్మిరాలు
చెప్పవమ్మ యీవె • పత్రిగుణ్యవెల్లను
విశ్వవిభుని మహిమ • విశదపడఁగ. 84

చ. అనుటయు భద్రియిట్లనియె • హార్లలతా విను మీమె ధర్మపా
లుని వరపత్ని ... సరళ • లోకములోపల నీమెఁబోలు సా
ధ్వినిఁ గనలేము సిగ్గునను • ... గనుంచిన యీపులిశావడిన్
దుఃఖమిన వీరుఁడే నరిసు • ముఁడ సమానపరాక్రముం డిలన్. 85

క. అనుమాట వినిన గోడనె
ఘనభక్తిని సరళ పాద • కంజాతములన్
దనశిరమునిడి కాంచ దారుని
తనయామణి హార్లలతయు • సిగ్గునఁ దెలిపెన్. 86

ఆ. అపుడు హార్లలతను • ననుపమప్రీతితో
నత్తయమ్మ వచ్చి • సేలయుడుఁ
ననుచు సరళయుడుగ • నబ్బాల వినిపించె
జరిగినట్టి కతను • సంగ్రహముగ. 87

తే. అంత నామువ్వురను గూడి • యద్రిమీఁద
కరిగి సుఖముండి రిచ్చటఁ • గానలోన
సార్వభౌముఁడు వేఁటాడి • సరగవచ్చి
రెంత వెతకిన సుతజాడ • యింకగనమి. 88

ఉ. ఆసని రాశఁ జేసికొని • హాయని వంతమునింగి యీశ్వరా !
యీసున నేను జప్పిన నె • యివ్విధి నన్ను దురంతచింతలోఁ
ద్రోసెనుగాని హాషకాలత • దోసమెఱుంగదు దాని నేలకో
గాసిలి యార్వవ్యాఘ్రిపుము • ఖంబునఁ ద్రోసెతివక్రటా విధీ.

తే. అనుచుఁ జింతాభరమ్మున • నడలి యడలి
చేరియోదార్చ వాగలె • వ్వారుగోమి
సార్వభౌముండు గర్వమ్ము • సర్వముడిగి
వచ్చిచేరెను మాళవ • పాలుపురము. 90

మాలినీ. నరసవినుతిరక్తా • సాధుసత్త్వానుసక్తా !
దురితతతివిముక్తా • దుఃఖశాంతి ప్రసక్తా !
పురజన హితసూక్తా • పూతసంతోషభోక్తా !
పరమపురుషభక్తా • పావనాచారయుక్తా ! 91

గద్య. ఇది శ్రీపరమేశ్వర కరుణాఫలిత లలిత కవితాకలిత శ్రీ రా
మలక్ష్మాంబాబుచ్చివేంకయామాత్య తనూజాత సకల
సజ్జనవిధేయ ఆదిపూడి సోమనాథ నామధేయ
ప్రణీతంబయిన శ్రీ విజయేంద్ర విజయం
బను సుప్రబంధంబునందుఁ
ద్వితీయాశ్వాసము.

శ్రీ

విజయేంద్ర విజయము.

ప్రథమాశ్వాసము.

క. శ్రీయుతనే సుగుణా[illegible]

వ్యాయామాదిక విశారద • వ[illegible]యోగ్యా

న్యాయాపరి[illegible]

నాయకవినుతనిజ గుణ • నా[illegible]కృతపా.

తే. అవధరింపుము [illegible]తింపుమేనిఁ • ఉన్నతిఁజని

వంగదేశపు ప్రాచ్యాన • వ[illegible]లు పండఁ

రంగపురి [illegible] • రాజధాని

మోహనమునఁ [illegible]నదునిధిఁ • బోవుచుండ.

సీ. ఎవ్వఁడిఁ[illegible]యువ్వరుఁ • [illegible]కగుచెంత

విద్వత్తుఁ దలఁపించు • విధము వాఁడు

రాజపుత్త్రునిఁబోలె • రంజిల్లుచున్నాఁడు

ఎఱ్ఱని నఖ్యంబేల • చిక్కఁదొండ్కాయ

బుగ్గలమీఁదను • బాలభానుని కాంతి

బహిర్విదర్య ప్రభా • వమును దెలిపె

మోమున మనరాజు • పోలికయున్నది

పగ్గించుట్లమై • తనయుఁడేమొ

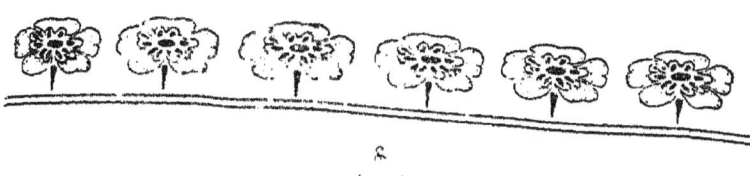

యనుచుజనులాడు కొనుచుండ ♦ నరిగియరిగి
నగరుఁజేరెడు సరికినా ♦ నగరవిభుఁడు
హర్మ్యమందుండి యవ్వీరు ♦ నట్టెచూచి
తోడితెమ్మని తనమంత్రి ♦ తోడఁదెలిపె. 3

తే. అంతసచివుఁడు పఱతెంచి ♦ యర్హమైన
గౌరవమొసంగి యతని భూ ♦ కాంతుకడకుఁ
దేఁగ నరపతి గద్దియ ♦ దిగ్గనడిగెఁ
జేతులను మోడ్చి యల్లుఁడు ♦ చెంతనిలిచె. 4

తే. అంతనరపతి యాతని ♦ నల్లుఁడనుచుఁ
దెలిసియుండని కతమునఁ ♦ దలఁకితలఁకి
యయ్యమీరెవ్వరని పర ♦ మాదరమున
నడుగ విజయేంద్రుఁడెలమితో ♦ ననియెనిట్లు. 5

తే. మాళవము జన్మభూమి నా ♦ మాతసరళ
నన్ను విజయేంద్రుఁడందురు ♦ విన్నవింతు
ధర్మపాలనరేంద్రుండు ♦ తండ్రియనిన
గట్టిగా మామయల్లునిఁ ♦ గౌఁగిలించె. 6

తే. ఇట్టులాలింగనమొనర్చి ♦ యెలమితోడ
నల్లునకుఁబీఠమొసఁగియ ♦ నంతరమున
దొర్లివచ్చెడుదుఃఖమ్ము ♦ తోడనృపతి
చెలియలెక్కడనున్నది ♦ తెలుపుమనిన. 7

తే. విభుఁడుచెఱవోయెప్రఖ్యాతదాఁ ♦ బేడియయ్యె
నెచటనుండిననేమయ్యె ♦ యీశ్వరుండె
తనకుగతియని యొకయద్రిఁ ♦ దలమునందుఁ
జలుపుచున్నదియజ్ఞాత ♦ చర్యనేఁడు. 8

ఉ. చెలియలిభర్తకి జెప్పుడుఁ ♦ జేసిరియెఱుంగనిభూమిభర్తలో
పలఁబరమేశు నిందలఁచి ♦ పాఁడిదొఱంగనిన్యాయభర్తదా
యలచెఱలోనఁబడ్డవల ♦ దావిడిపింపఁగఁజెప్పుమయ్యభూ
తలమునసేమి శాశ్వతము ♦ ధర్మముఁబాసియడంగియుంటకున్. 9

చ. అనువిజయేంద్రుపలుకులకు ♦ నాత్మనునొచ్చినృపాలుఁడిట్లనెన్
విను తగరా ధరాధరము ♦ వీఁకను దాకిఁజయంబుగాంచునే
యనలముమీఁద నామిడుత ♦ యట్లుకడంగినఁద్రుంచకుండునే
మనమననెంత యారిపున ♦ మానుషతేజము ముందునల్లుఁడా. 10

క. రారాజుపేరుఁ జెప్పిన
నేరాజును మనకుఁదోడు ♦ నీయఁగడఁగునే
యారక తెగియించినచో
ఘోరమ్ములు గల్గుఁగాక ♦ కొనముట్టుదుమే. 11

తే. అనిన విజయేంద్రుఁ డాగ్రహ ♦ యుత్తుఁడగుచుఁ
బ్రళయచండాగ్ని వలెనుండి ♦ పటుదుఁ బలికె
నాత్మగౌరవ మొకయింత ♦ యైనలేద
యకట ! క్షాత్ర[illegible] మడుగంటె ♦ నవనియందు.

చ. బలములనిమ్ము సేనదరి ♦ భవ్యపరాక్రమ రేఖశోభిలన్
బ్రళయకృశానుకైవడిఁ బరి ♦ భావిభవంబునసార్వభౌము సే
నలమడియించినాజనకు ♦ నక్కిలిఁదెచ్చెదఁజూడులీలగా
బళెబళెయంచు నందఱు స ♦ భాస్థలులన్నియామునస్సుగాన్.

తే. అనిననల్లుని యుత్సాహ ♦ మునకు మెచ్చి
యౌర ! విజయేంద్ర నీబోఁటి ♦ వీరుఁజూచి
విజయలక్ష్మి వరింపదే ♦ విమల చరిత
కాని సామమ్మునకు మొదల్ ♦ గడఁగవలయు. 14

తే. అనుచు విజయోదగ్రుఁ డల్లనె ♦ నరపతికి
బలములకు శిక్ష నేర్పుచు ♦ భవ్యసరణిఁ
గొంతకాలము గడపుము ♦ నింకలోన
నరిమనోగత మెఱుఁగనా ♦ యనిన శౌరి. 15

మత్తకోకిల.

న్యాయశీలుని ధర్మపాలుని ♦ న్యాయమే చెఱఁబెట్టఁగాన్
హేయమై తమ స్వచ్ఛకీర్తికి ♦ నిద్దిగూర్చెఁ గళంకమున్
న్యాయమార్గము దప్పువారల ♦ కాపదల్ ఘటియిల్లెడున్
నాయనుంగు మఱందిఁ జేయుము ♦ నాథబాధ విముక్తుఁగాన్. 16

ఆ. ఇట్లు సార్వభౌము ♦ నెచ్చరించెను నట్లు
కమ్మ వ్రాసి పంపి ♦ కడఁకఁ జూప
సైన్యచయము నెల్ల ♦ సంశిక్షితము సేయ
నల్లువశము సేసి ♦ యలరుచుండె. 17

సీ. అటఁ జక్రవర్తి దా ♦ నంతఃపురములోన
నొంటిగా నుండుచు ♦ నోర్వలేని
దుఃఖాగ్నిలోఁబడి ♦ దొర్లుచు నటునిటు
వాపోయె నిట్టులు ♦ వసుమతీశ
సర్వమంగళ వాసె ♦ సర్వమంగళములు
నామెతోనే పాసె ♦ నాకు నవని
భగినీసఖుఁడ నాఁడె ♦ బంధుమిత్రు లెల్లను
నాఁటితోనే వీడె ♦ నాకు ధరణి
హర్షలత రాఁగ నాకున్న ♦ హర్షమెల్ల
యూడ్చుకొనిపోయె నయ్యయో! ♦ యొంటినైతి
సార్వభౌమాంక మేల నా ♦ శౌర్యమేల
యుర్వి నాబోఁటి దౌర్భాగ్యుఁ ♦ డున్నవాఁడె. 18

క. అని సాప్యసిల పడుచు మనియెదు
జనపతిపతికి డక్కవంగ • జననాథుని క
మ్మనిపిచ్చి యిచ్చె నాకౌశికుఁడు
మనమును హర్షించి చనెనె • మందారుండున్. 19

తే. చదివి నాఁడిట్లు సత్యంబు • చకృనకసి
ధర్మపాలుని శీలంబుఁ • దలఁచి తలఁచి
యిట్టి నిష్పుపంవదల న • నేఁడు నెల్లఁ
జులఁ నగఁ బూతురనుచుఁ దా • నులికి యులికి. 20

తే. శౌరి ... కొందు నసే • స్వర్గసుఖము
నంతలో వెకలన్నియు • నంతరించు
ననుచు నిశ్చయమును జేసి • కొని విభుండు
లేఖ యొకటి శౌరికి • లీల వ్రాసె. 21

తే. ధర్మపాలుఁడఁ బణాముగా • ధరణినాథ
తొడరుచున్నాను సంగర • ద్యూతమునకు
నీకు నీప్రజలలో వల • నేరుపున్న
గెలిచికొని సామ్రాజ్య మఱఁదినిఁ • బలుకు లేల. 22

తే. అనుచు వ్రాసినకమ్మను • నతిరయమున
... దకుఁ బంపె రణాభీష్టుఁ • జేరఁ బిలిచి
యాతనిని సేనలను గొల్వ • నాజ్ఞ యొసఁగి
యరిపురపురోగమనపితకృ • త్యముల నుండె. 23

తే. అచట నాకనాఁడు సరళదా • నదిమీఁద
హస్తిలత భద్రిలను గూడి • యలరుచుండి
సుఖముఁ దలఁపునకును రఁగ • శుద్ధచరిత
యుల్లసిలుచుండగఁ దోడఁగాను • నెంతయుఁదమి. 24

ఉ. "నీతులఁ బాఁగు మజ్జనకు • నిట్లు విడిపింపఁగఁ జాలుఁ జేసి నీ
మాతరొ! చారి సినలన • మానుషకీర్తినిఁ బెంచి వైరులన్
జేతులు తీఁటఁ బోఁ జమరి • చెచ్చెర గెల్చెదఁ దండ్రిగారితో
నీతఱిఁ జేరి పొల్చెదను • నిర్మలభక్తిని దేవుఁ గొల్చెదన్." 25

చ. అనుచుఁ బ్రలాపముల్ వలికి • యానుతుఁ డేగను నేఁటి దాఁక నా
తని తెఱఁగేమియున్ గనము • రాలిమిదూలఁగఁ జొచ్చె దేవుఁడే
ఘనకరుణా సువృష్టిని స • దాతన భక్తులఁ బ్రోచుచుండు నా
తని పయి భారమెల్లనిడి • ధైర్యము పూనుట యుక్తమెమ్మెయిన్.

తే. అనుచుఁ గనులను మూసి తా • నతుల భక్తి
విశ్వసాక్షిని హృదయాబ్జ • వీధియందుఁ
గాంచి సంతోషమగ్నుఁడై • కాలు నుండె
హర్షలత యుప్పొంటిగా • నవలికరిగ. 27

సీ. ఒకట వృక్షముక్రింద • నొంటిగాఁ గూర్చుండి
తండ్రిదుర్దశలను • దలఁచి తలఁచి
ననుఁ బాసి నా తండ్రి • ఘనశోకవహ్నిలోఁ
గ్రాఁగుచుండఁగ నాకుఁ • బ్రాణమిచ్చిన
రాకొమారుఁడు వోయి • రణమునకై పిల్వఁ
గోపశోకమ్ములు • గొలఁది మీఱ
నెట్లు దా నడఁచునో • యా విజయేంద్రుండు
ఖండనమ్మున నెట్లు • పరిజ్వరిలునొ
యీశ్వరా! వీరికిదెల్ల • నేవిధమున
హాని రాకుండ రక్షింపు • మమిత తోష
సర్వసజ్జన పరితోష • శాంతిభూష
వందనములొనర్తు నీకిదె • ధర్మవేష. 28

ఆ. అనుమ హస్తలతయు • నానరశాదేవి
వేలువేలు చోట్ల • విశ్వవిభునిఁ
గొల్చునంత భద్రి • కుంత్రిఁదానొకవంక
విమలభక్తి దేవు • వేఁడెనిట్లు. 29

తే. హస్తలత విజయేందునిన • ర్ధాంగియుగుదు
నలరుచుండఁగఁ జూచు భా • గ్యమ్ము మాకుఁ
ద్వరఁగఁ దయ చేయవే దేవ • ధర్మభావ
శుభ్రకీర్తి రమాధవ • సుపవిభావ. 30

క. ఇవ్విధి నామువ్వురుఁగడు
మవ్యపుభక్తిం బరేశు • మదిఁగొల్చుచుఁ దా
నువ్విగ నగలం బొందక
యుపిన్నఘు కపటాసువృషి • నలరసగిరిపైన్. 31

ఆ. అంతివఁగఁ గొల్చు • సారంగపురమున
సార్వభౌము కమ్మ • శౌరిఁజెర
నతఁడు దానిఁజవవి • యతికుపితుండయి
యుట్లునకను జూప • నాతఁడార్చి. 32

చ. అనవిర భూమి తాఁ దిరుగు • తీసన ఘోటకధాటిఁ గొల్పెదన్
సరసర చెరి శీర్షణముల • సంగరభూమిని డొల్లనేసెదన్
ఏపిర శతృమధ్యమున • భీష్ముని మాడ్కి కలంచి మించెదన్
బోరఁబోరి బాష్పనీరముల • పూరము నీకనులందుఁ గొల్పెదన్.

తే. అనుమ వీరావతారమై • యుడరునట్టి
యుల్లిపెన్నును దట్టియో • యార్యవినుత
యనలను రెండు భాగముల్ • సేసియిడుము.
ఇట్టులుఁ బెలంగినడవుద • మిద్ధగతుల. 34

తే. అనుచు మామ యాజ్ఞాపింప ♦ నల్లఁ జరిగి
సకలసైన్యంబులను రెండు ♦ సమములైన
వ్యూహములుగాను దీర్చి ♦ యోధవరుల
కెచ్చరిక దెల్పి శౌరిని ♦ హెచ్చరించె. 35

ఉ. అప్పుడు శౌరి శౌరిక్రియ ♦ నద్భుతరీతి నలంకృతాంగుఁడై
చప్పనహేషతోఁ జెలఁగు ♦ చాగుహయంబు నెక్కి కాంతితో
నొప్పెడు చంద్రహాసమును ♦ యోధులు మెచ్చఁగఁ జేతఁ దాల్చి తా
నప్పుడు గోరుసేనలకు ♦ నాజ్ఞయొసంగెను ఘాటితోఁ జనన్. 36

తే. అప్పుడు భేరీవిరావముల్ ♦ హస్తి మొసఁగఁ
బటహకాహళ రవములు ♦ పర్వ మిడిరొ
వీరభట సింహనాదముల్ ♦ పేర్చఁగొలిపెఁ
జటులతర ఘాటిలో నేగె ♦ సైన్యచయము. 37

క. అంతన్విజయేంద్రుఁడు దా
నెంతయుఁ బ్రవిమల ప్రశక్తి ♦ నీశ్వరు మదిలోఁ
జింతించి యుద్ధమునకై
స్వాంతమ్ముడరంగ నప్పుడ ♦ సన్నద్ధుండై. 38

ఉ. చెంగున నెక్కి గుఱ్ఱమును ♦ చేతను ఖడ్గము దాల్చి సేనలన్
సంగర ఘాటికిం గొలిపి ♦ చారుతరంబగు ధంధణార్పటిన్
జొంగుచు రెంట నంటిచనె ♦ భూరిపరాక్రమ రేఖ శోభిలన్
సింగము హస్తిపైఁ జనెడు ♦ చెన్నున వీరుల హెచ్చరించుచున్. 39

తే. శౌరివిజయేంద్రులివ్విధి ♦ సమరమునకు
వచ్చువిధమును వినిసార్వ ♦ భౌముఁ డంత
వీరరణధీరు విజయేంద్రు ♦ పైకనుకఁ
బంచి శౌరికిఁ దాఁ దాఁక ♦ నెంచి యపుడు. 40

ఉ. తెల్లని [illegible] నెక్కి కంకటముఁ ♦ దెల్లనిదుస్తులఁ దాల్చి మేనిపైఁ
దల్లని [illegible] ఫీనునాక ♦ దివ్యతరంబగు ఖడ్గమూనితక్
గొల్లఁగ [illegible]సిన శాంతయును ♦ గొల్వఁగ నేగెను ధంఘమార్భటిక్
జల్లన [illegible] తూలువ ♦ సక[illegible]గులంగను శౌర్యమూర్తియై. 41

క. తనవా[illegible] [illegible]ణాధికుఁడు
గొ[illegible]పేలకోలలంటి బలముఁ ♦ గనిపితుండగు నుక్
ఘను[illegible] విజయుండుదన్నిపైఁ
జని[illegible] [illegible]శేతలంబు ♦ చలియింపఁగతిక్. 42

ఆ. [illegible] [illegible] ♦ వనుదెందనో లేదొ
[illegible]రుఁడనుచు ♦ సైన్యములకు
నా[illegible]తాను ♦ నత్యంత శౌర్యంబుఁ
జూప[illegible]డఁగ రిపుల ♦ యేపుడఱఁగ. 43

చ. నిమ[illegible]ములోన శిషణములు ♦ నిండెరణాంగణమందు నెత్తురో
[illegible]ముగాఁ బ్రవాహమయి ♦ యంతటఁ బాఱఁగఁజొచ్చె నేలపై
సమ[illegible] [illegible] [illegible] ♦ జప్పనఁగూలెను [illegible]టకావళుల్
వ[illegible] [illegible] ♦ భవ్యబలంబును మెచ్చె నార్చుచుక్. 44

చ. [illegible] [illegible]ర్వసేనుఁడు మ ♦ హోగ్రతమ ముక్ వహించియద్దిరా
మ[illegible] [illegible]ాకారముగ ♦ మారొకనితానుఱుమాడఁజొచ్చినక్
[illegible] [illegible] సైన్యములు ♦ చెచ్చెరశౌరినిఁబట్టె నాతఁడుక్
[illegible]లకవా[illegible] శిషణమును ♦ మేదినిఁజూచుచుఁ బోరెదాయతోక్.

తే. [illegible]రినిఁ [illegible]గొని ♦ రయసక మెసఁగ
సా[illegible]ముఁడు రణధీరు ♦ సలుపుదురముఁ
గనెడు చేడుకనావంకఁ ♦ జనిరె నార!
జయము చింతల మఱపింపఁ ♦ జాలునుగద. 46

చ. అటు రణధీరుఁడుగ్రుఁడయి ♦ యవ్విజయేంద్రుని దాఁకనాతఁడున్
బటుతర బాహుశక్తియును ♦ భవ్యపరాక్రమ లీలఁ జూపినన్
బటిమను వీడి చేవ చెడి ♦ పాఱెను భోజులు ఎందఱో ఘనుల్
గటకట ! యెట్టిపాటనుచుఁ ♦ గ్రచ్చఱపడిన మరచ్చినాశికిన్.

తే. మేఘములఁబోలెఁ గ్రమ్ముచు ♦ మీఁద దగని
వచ్చు వైరులకును జండ ♦ వాయువట్లు
లేచి పోఁద్రోసి యవ్విజ ♦ యేంద్రుఁడాత్మ
మాతుఁడొక్కింత చింతిల్లి ♦ మరలఁద్రోసె. 48

తే. కొండవలె మీఁదఁ బడుశత్రు ♦ కోటికెల్లఁ
దాను శతకోటివలె నిల్చి ♦ తఱిమివైచి
పొల్చె నవ్విజయేంద్రుఁడు ♦ భూరియశుఁడు
మఱగియును వైరిదండుల ♦ మఱలఁగొలిపె 49

తే. చీఁకటులు గ్రమ్మినట్టులు ♦ చిత్రకీర్తి
నన్ని దెసలను శత్రువు ♦ లలమికొనినఁ
బ్రబల తేజంబు చేవాఁడి ♦ బాఱఁద్రోలి
వఱలె విజయేంద్రుఁడా గ్రీష్మ ♦ భానుపగిది. 50

తే. ఎన్ని మాఱులు ద్రోసిన ♦ నన్ని మాఱుల్
తఱుముచుండెడు విజయేంద్రు ♦ బాఁటఁ జూచి
జెగ్గిలిన రణధీరుని ♦ భీతిమాన్చి
సార్వభౌముఁడు శౌర్యంబుఁ ♦ జక్కఁగొల్పె. 51

ఉ. ఆరణధీరుఁడప్పుడు మ ♦ హాహవదోహలుఁడై చెలంగుచున్
జేరి రణాంగణంబు తన ♦ చేతికొలందిగ వైరిసేనలన్
దారుణరీతిఁ గూల్చియు గ ♦ దన్ విజయేంద్రుఁడు ప్రాసతాఁకిన
న్నాబెనునొక్కఁడే పరుగు ♦ నన్ రణధీరుఁడు భీరుఁడై వడిన్. 52

తే. అంతన సహాయ శూరుండై • యలరువాని
వీరు నవ్విజయేంద్రుని • విజయసముని
శౌర్యమును మెచ్చి నృపపతి • సత్కరింప
నెంచి యాతనికడకుం దాం • బంచెనొకని. 53

తే. పంప నవ్విజయేంద్రుండు • భవ్యయశుండు
దాను గోరినవెల్లను • దారమతిని
నిచ్చుకోరిక గలదేని • వచ్చెదనని
చెప్పిపంపిన మందారుం • డొప్పియంత. 54

తే. అతనిం గొనిరాంగ రణధీరు • నంపెనాతం
డెంతయును వైభవంబున • నిభముమీంద
సంతసము మీఱంగాం దెచ్చి • దక్షిణవర్తి
కడకుం జేర్చిన నాతండు • గడుం బ్రియమున. 55

తే. చారుతర పీఠి మొసంగి యో • శౌర్యజలధి
నిన్నుం బోలినవీరుం డే • నెన్నండుంగనం
గోరు నీకోర్కెలెల్లను • గూర్తునిత్తు
ననిన విజయేంద్రుం డెంతయు • హర్షమంది. 56

క. నేండును నన్ను మాన్యపాలని
ధనవిభవసంపదల పదవి • దయం జూపుమనన్
నరగుణశౌర్యుని నాతని
సరసన్ రప్పించియుంచె • సముపీఠమునన్. 57

ఆ. అంత పార్శ్వస్థాయుండు • నవ్విజయేంద్రుని
నాలమితోడం గని మ • నేమికోర్కె
కలదొ తెలుపు మన్నం • గరకంజములు మోడ్చి
నను ననుగ్రహింపు • జననినాంగ. 58

తే. అనిన నాశ్చర్యమగ్నుఁడై ♦ యన్నరేంద్రుఁ
డన్న! నీవంటిశూరునిఁ ♦ గన్నవానిఁ
దెలుపుమన విజయేంద్రుఁడు ♦ దేవవినుము
ధర్మపాలుఁడు నాతండ్రి ♦ ధర్మమూర్తి. 59

తే. అనినహర్షంబు నాఁపంగ ♦ నలవిగాక
గద్దియనుడిగ్గి విజయేంద్రుఁ ♦ గౌఁగిలించి
సింహమున కెప్పుడును భువి ♦ సింహమే [illegible]
పుట్టుననియుబ్బి పలుకుచు ♦ భూవరుండు. 60

తే. తత్క్షణంబున రప్పించి ♦ ధర్మపాలు
నచటి విజయేంద్రునింజూపి ♦ యోగ్యుఁడనుక
నిన్నుఁజెఱనుండి విడిపింప ♦ నెన్నఁగాని
భూరిశౌర్యంబుఁ జూపిన ♦ పురుషుఁడనఁగ. 61

తే. అనిన జనకునివరపాద ♦ వనజములను
వ్రాలి విజయేంద్రుఁడానంద ♦ వార్ధిమున్గి
మత్తరోలంబరాజంబు ♦ మాడ్కి నున్నఁ
బలికె జనకుండు తనయు లే ♦ వంగనెత్తి. 62

ఉ. ఎంతగ శౌర్యమున్నయపి ♦ వీరవరేణ్యులు మెచ్చఁగానయ
త్యంతముదావహంబగు మ ♦ హాయశముంగడియించి నించినన్
శాంతమహాసముద్రమున ♦ సారెకుఁ దేలఁగఁజేసి యౌరనీ
వెంతటివాఁడవైతి విజ ♦ యేంద్రకుమార వివేకసాగరా! 63

తే. అనుచుఁగౌఁగిటఁజేర్చియో ♦ యనుఁగుబిడ్డ
భద్రభద్రమ సరళకు ♦ భవ్యయశకు
సేమమాయన విని సార్వ ♦ భౌముఁడపుడు
వగచుచును ధర్మపాలుని ♦ మొగముఁజూచి. 64

తే. భద్రనటి గాను నీసునా ♦ భవ్యచరిత
జాడ దెలిసినఁ జెప్పవే ♦ సాహసినని
యనిన నేనేమెఱుంగను ♦ దనయుఁడితఁడు
దెలిసియుండంగ నోపును ♦ దేవ యనిన. 65

తే. సార్వభౌముఁడు విజయేంద్రుఁ ♦ డనఁగఁ జూచి
భద్రజాడ దెలియంగ నే ♦ భవ్యకీర్తి
యనిన భూపాలు రిర్వురు ♦ నట్టినిట్టు
తెలిసె విజయేంద్రుఁ డంతయుఁ ♦ దెలుపఁగఁగ. 66

క. మీరలు జనకునిఁ జెఱఁగొన
హారావళిఁ దీసియుంటి ♦ రుచ్చ్వాసనుగా
జారపతి మాత సరళయుఁ
గారుణ్యంబున నిభద్ర ♦ గడచ్చి పవనముల్. 67

క. మాతను శిక్షను బెఱిఁగిరి
నాతల్లి యనుజ్ఞఁ గాంచి ♦ యాటకగ్రకి
నేతను శౌరినిఁ జేరితి
నీతిగునఁ గార్యజాత ♦ మెల్లన సెలిపె. 68

క. ఇంతకు భగవంతుని దయ
యెంతయుఁ గారణముగాన ♦ యిచ్చినభక్తిన్
జింతింతము మనమనముల
నింతింతన రాని యట్టి ♦ యీశ్వరుమహిమల్. 69

తే. అనిన నర్వీశులిర్వురా ♦ యనఘు మెచ్చి
శౌరికెంతయు సత్కృతి ♦ సలిపి రంత
సరళ భద్రలఁ గొనిరాఁగ ♦ సంభ్రమమునఁ
గైఁడి యందలముల సార్వ ♦ భౌముఁ డంపె. 70

ఆ. అంతఁ జక్రవర్తి ♦ యాధర్మపాలుని
జూచి యిట్టు లనియె ♦ శుద్ధచరిత
పెట్టరానిపాట్లఁ ♦ బెట్టినవాఁడను
అంతకుఁడను ఘోర ♦ ఘాంతకుఁడను. 71

తే. సరళ నాకారణమ్మున ♦ జాలిఁబడియె
భద్ర నాకతమునఁ జాల ♦ బాధపడియె
శౌరి ననుఁబట్టి యింతక ♦ ష్టమ్ము పడియె
నకటా ! యిన్నిటికి మూల ♦ మైతినేను. 72

ఆ. అనుచుఁ బరితపించు ♦ నాసార్వభౌముని
వంతఁ జూచి ధర్మ ♦ పాలుఁ డంతఁ
గడుపులోన మేలు ♦ గీలించు పరమేశు
మఱచి యిట్లు మీరు ♦ మఱుఁగఁ దగునె. 73

తే. అనుచు నోదార్చె నంతట ♦ నందఱరిగి
మాళవేంద్రుని నగరాన ♦ మానవతుల
సరళ భద్రల రాకకై ♦ చాలఁ దమిని
నెదురు చూచుచునుండె ను ♦ ర్వీశతిలక. 74

సీ. అక్కడఁ గొండొకసె ♦ నొక్కదినమ్మునఁ
బురుషుఁ డొక్కఁడు వచ్చి ♦ సరళఁ జూచి
యమ్మ ! చొక్కపుపైఁడి ♦ యంచలమ్ములు రెండు
సార్వభౌముఁడు పంపె ♦ నరగమీకు
ననిన లోఁ గలఁగియు ♦ నా మెధైర్యముపూని
కమ్మయేదైనను ♦ గలదె యనిన
విజయేంద్రుఁ డన్మహా ♦ వీరుఁ డిచ్చెను దీని
ననుచుఁ జేతను బెట్టె ♦ నతఁడు లేఖ

నంతహస్తలతయు ♦ నాభి[illegible]
కమ్ము యెవరువాని ♦ [illegible]
దన్నుఁజేరి మిగులఁ ♦ నమితాదర నడిగిన
సరళ [illegible]గను ♦ జనివెనిట్లు. 75

తే. అమ్మ! సర్వేశు కరుణచే ♦ నమ[illegible]యము
సార్వభౌముఁడు జనకుని ♦ సత్కరించె
నెల్లరము మీదురాక[illegible] ♦ [illegible]దురు చూచు
చున్నవారము. ఇదె పుత్రి ♦ విన్నపమ్ము. 76

కవిరాజవిరాజితము.

అనివినిపించిన ♦ నందను నీశ్వరు ♦ నప్పుడు చిత్తసరోజములన్
గనికొని యాడిరి ♦ గానము చే[illegible] ♦ కాలము పుచ్చిరి పార్థివులన్
ననలను దా[illegible] ♦ నవ్యులఁ జే[illegible] ♦ నవ్యఫలాళి భుజించి నెసన్
మనములరంగి[illegible] ♦ మాధవ[illegible] ♦ మానిను వేగఁ దొడంగిరటన్ -

ఆ. భద్రిహస్తల[illegible] ♦ [illegible] యుండ
లమ్మ నెక్కి సరళ ♦ [illegible]మ్మమీఁద
నెక్కియుంచలమ్మ ♦ [illegible]నుబోయిలు
ననలఁ గోరె మోంచి ♦ కొను ముఁజనిరి. 78

ఆ. కొంత[illegible]పురద్రిఁ ♦ గూడి తూర్పువమన్న
గొంత[illegible] సరళఁ ♦ గూ[illegible]
నిల్లు హా[illegible]లతయు ♦ [illegible]కును హాసన్
మిడుమను[illegible] గూర్చి ♦ నిడ పనడప. 79

తే. హా[illegible] లత నన్నుఁ జేసిన ♦ యుపకృతభద్రి
బాల! నా[illegible]నె యిదనీవు ♦ పడ్డచోటు
అదిగో విజయేంద్రుఁ డప్పలి ♦ నట్టిచంపి
యా[illegible]నిన్ను రక్షించి ♦ నట్టిచోటు. 80

ఆ. అనిన హాసలతయు ♦ నామె వంకను జూచి
నామె జనకుఁడను ♦ నన్నుఁ గూర్చి
యెవయూరకుండు ♦ హాసకాంబు లీలఁగాఁ
జెప్పియుండునసేను ♦ చిత్రచరిత. 81

తే. అనిన నాభర్త కోడలి ♦ నలసఁ జూచి
యమ్మ నినుఁగూర్చి యేమియు ♦ నతఁ డెఱుఁగఁడు
గాన నెట్టులు దెలుపంగఁ ♦ గలఁడు చెపుమ
కాక యాతఁడు నిష్కామ ♦ కార్యపరుఁడు. 82

తే. అమ్మ హాస్మిని సుగుణాగ ♦ ణమ్ము తెన్న
నలవిగా దానసికి సాటి ♦ యెుతఁదె జగతి
నన్ను నెఱుఁగఁడు నీవిట ♦ నున్నమాట
యిందలమ్మల దెంటినే ♦ చెంపియుంట. 83

ఆ. అనిన హాసకాలదికు ♦ నవ్విజయేంద్రుని
యుందుఁ జెప్పఁగాని ♦ యింత ప్రేమ
మనసునందుఁ గలిగె ♦ మఱియుద పొంగనాఁ
గనులనుండి జాఱెఁ ♦ గంకణములు. 84

తే. అంతఁ దాహాసలతపోయి ♦ యాసరళను
సరస సల్లాపములఁ దేల్చి ♦ చారుభణితి
మాళవము చేరువగుటను ♦ మరలివచ్చి
పట్టరానట్టి తమితోడ ♦ భద్రఁజేరె. 85

తే. అన్న తన్నెట్లుచూచునో ♦ యనెడుభీతి
భద్ర వెలవెలఁ బోయిన ♦ బాల చూచి
యత్తనినుఁగూర్చి మాతండ్రి ♦ యడలుచుండు
నీవు భయపడకమ్మ ని ♦ న్నెమ్మిఁగాంచు. 86

తే. అనుచు నోదార్చుచుండఁ బూ ♦ ర్వాద్రి కడకు
నేఁడు ఖింతలలో వింత ♦ నెగడునంచుఁ
జూచు వేడ్కను జనుదెంచె ♦ సూర్యుఁడంతఁ
బల్లకులు రెండు పురములో ♦ పలికివచ్చె. 87

తే. సరళయుండిన పల్లకి ♦ సత్వరముగ
ధర్మపాలుని మేడకుఁ ♦ దరలిపోయె
హాటకలత భద్రిలుండిన ♦ యందలమ్ము
నార్వభాముని సౌధరా ♦ జమును జేరె. 88

తే. ధర్మపాలుఁడు శౌరితోఁ ♦ దనయుతోడ
సరళరాక నిరీక్షించి ♦ సంభ్రమమున
మెట్లగరినిల్చి యుండ నా ♦ మెలఁతమిన్న
పల్లకినిడిగ్గి యొలమితో ♦ భర్తఁగాంచి. 89

తే. కాళ్ళఁ దావ్రాలి కన్నీటఁ ♦ గడుగుచుండ
ధర్మపాలుఁడు హర్షాశ్రు ♦ ధారచేత
నామె కభిషేక మొనరించి ♦ యలరుచుండి
కాంతయును బ్రీతితోనెత్తి ♦ యిట్లుపలికె. 90

చ. పరమపతివ్రతాసరళ ♦ భవ్యచరిత్రవు నీవుపుత్రునిన్
నిరుపమ శౌర్యవంతునిగ ♦ నిర్మలధర్మ పథానువర్తిఁగాఁ
గరమనురక్తిఁ జేసితివి ♦ కష్టములన్నిటి కోర్చిభర్తదా
శరణ మొసంగి నట్టిసతి ♦ సర్వవిధంబులఁ బ్రోచిమించితా. 91

తే. అనినఁ బతిఁ జూచి సరళయో ♦ యమలచరిత
యినునికిరణాళి యెంతయు ♦ నిందునందుఁ
బ్రతిఫలించెడు కరణి స్వ ♦ భావముగను
బతిగుణమ్ములె సతియందుఁ ♦ బ్రతిఫలించు. 92

తే. ఆనియనంతరమునఁ దన ♦ యున్న కెరఁగి
యుచితరీతిని నుపకృతి ♦ నుగ్గడించెఁ
వినయయుక్తంబయి భక్తితోఁ ♦ దనకు మ్రొక్కఁ
బ్రకట కరుణాకటాక్షమా ♦ లికలఁ దనిపె. 93

తే. అంతలనందఱు భర్మహ ♦ ర్మ్యాగ్రమునందుఁ
జేరిభగవంతు ననుపమ ♦ చిత్రమహిమ
లెంచిరెంతయు నెలమితో ♦ నెసఁగుచుండి
రిచట రారాజు భద్రకీ ♦ రుంత ముఁదమి. 94

తే. మోసలను వేచియుండఁగా ♦ మునివసుమీఱ
నంపలముఁ దెచ్చిదించిరి ♦ యందునుండి
మించుమించినయప్సలు ♦ మెలఁగనయుకతె
వచ్చితనమీఁదఁ బసుపువి ♦ భ్రమముఁగనిపె. 95

తే. ఇంతలో భద్రవనశాఖ ♦ పైఁగనినె
నట్లుతనమీఁదఁ బడినయా ♦ యున్నమిన్న
నతఁడు చక్కఁగ వీక్షింప ♦ హర్షలతగ
నగపడిన మగున్నఁడరెయ్యాను ♦ హృద్యతాప్తి. 96

తే. మాటిమాటికిఁ జూచును ♦ మాటలుడుగు
సత్యమో లేకయివినాకు ♦ స్వప్నమోయిను
వ్యాఘ్రముఖమునఁ బడినట్టి ♦ బాలకేడ
బ్రదికివచ్చుట యిదియేమొ ♦ భ్రాంతియనును. 97

తే. ఇట్లుకొంత వితర్కించి ♦ యెదుటనున్న
హర్షలతఁజూచి నిజముగా ♦ హర్షలతనె
యనిన నాహర్షలతయునె ♦ జనకుఁగాంచి
యంతకంతకు నాశ్చర్య ♦ మతిశయిల్ల. 98

తే. హస్తలత నేను సాచిన ♦ నన్నడవిలోన
వదలి హాయిమెయిఁ బోవుచో ♦ వ్యాఘ్రముఁ గని
శబరి గుంటను ననుఁ గని ♦ వేగముగను
దూరముగఁ దీసికొనిపోయి ♦ ద్రోసె నవని. 99

తే. మూర్ఛవోయితి నంతలోఁ ♦ బులి మహోగ్ర
గతిని గర్జించుచును పై దూఁకె ♦ గండుమెఱి
చంపి భక్షించుచుండెను ♦ ఐనఁ వినుము
మీఁదికథ యుత్తరంబును ♦ మీరు వినుఁడు. 100

తే. అనిన మందారుఁ డో భద్ర ♦ యాగ్రహంబు
నెల్ల విడనాడి మన్నించి ♦ యొలమితోడ
నింతయును దీనికంతయు ♦ నలుకసేసి
మోసపోవన్న నాలోపల ♦ ముంపవమ్మ. 101

తే. అనిన సాదరమున భద్ర ♦ యిన్న వినుము
నీవు కినిసిన కతమున ♦ దేవదేవు
మహిమ యెంతయుఁ గాంచితిని ♦ మహిమ నాకుఁ
దెలిసెఁ గావున మీకు నేఁ గృ ♦ తజ్ఞురాల. 102

సీ. సురలు ధర్మపాలు నటు ♦ మించి పిల్చిగొన నేను సావిత్రికా
మొఱనుఁ బోకుచున్నను ♦ దుఃఖమునుండి తరింపఁజేయుఁగాఁ
నారిమి మాళవేంద్రసుతి ♦ గొప్పన నా కభయంబు నిచ్చి తా
ధీరతఁ బుత్రితోడ నను ♦ దీనను దోడ్కొనిపోయి కానలోఁ. 103

క. హారావళి గర్హిత మము
ఘోరాశయంబైన కరుణఁ ♦ దద్దయుఁ బ్రోచెన్
ధీరుఁగ రణశూరునిఁగను
చారునిగా జేసెఁ దనయు ♦ ధర్మాత్మునిగాన్. 104

క. తనయున్న శౌంసాయిసూఁ
గని మెప్పెఁ గవిసి జనుఁడుఁ • గాంచి తన పతిన్
గొనిరమ్మని విజయేంద్రునిఁ
దన తనయుని నంపె నతఁడు • సర్వోద్ధతుఁడై. 105

క. చని గిరి దిగి కాననమున
గని సజ్జనుఁ దనదు పురిని • బండించి వడిన్
గనుఁగొనె నచ్చెరువందన
మనమున మూర్ఛిల్లినట్టి • ముని హాస్యలతన్. 106

ఆ. అంత మరలి జనని • కంపయుఁ జెప్పిన
నతని వెంట వచ్చి • హాస్యలతను
సరళ దేర్చి కాంచె • సార్వశిరోమణి
యామె సుగుణగణము • లేమి చెప్పుదు. 107

తే. మీఁదివృత్తాంత మెల్లను • మీకు దెలుపు
యనుచుఁ జెప్పిన మందారుఁ • డలరి యలరి
యమలబద్ధను దాఁ గొని • యాంగయాన
నెమ్మితో హాస్యలత వేల • నిమిరి నిమిరి. 108

చ. తనపరువేమి సూడక యు • దారత మాళవపాలు పాలికిన్
జని సరళాసతీమణికి • జక్కఁగఁ జాఁగిలి మ్రొక్కి సాధ్వినో
నిను నుతియింప నేరుతునె • నీరము విల్లఁ క్షమించు వమ్మనా
యనుజతనూజలన్ మనిచి • నట్టి కృపాసుధావాప్తి వమ్మనో.

క. అను సార్వభౌముఁ గనుఁగొని
యనఘా నీ విట్టు లమ్ము • నగ్గింపంగాఁ
జనునే పరమేశ్వరు కృప
మనయందటు లైనఁ గురియ • మనుదుము గాదే. 110

క. అని సరళపలుకు నాతఁడు
గనుఁగొని విజయేంద్రుఁ డంకఁ • గాదన్యానికిన్
నిను నేమని పొగడుదు నా
తనయునకుఁ బ్రాణంబు నొసఁగె • దాత విధాతా. 111

ఆ. అనినఁ జెల్లఁబోయి • యవ్విజయేంద్రుఁడు
సార్వభౌముఁ జూచి • సత్యముగను
నను గావఁ జేసె • నీపుత్రి చెప్పుము
నూరకేల నన్ను • నుగ్గడింప. 112

ఆ. అనినఁ దనయుఁ జూచి • యాసరళాదేవి
నాఁడు పులినిఁ జంపి • నాకు నీవు
మూర్ఛ నున్ననట్టి • పొలఁతిఁ జూపితి గద
యామె యితని సుతర • హర్షలతర. 113

ఆ. అనినఁ దల్లిపలుకు • లాలించి విజయేంద్రుఁ
డూరకుండె నంత • నుచితరీతి
ధర్మపాలుఁ డరసి • దయ శౌరిఁ గన్గొని
సకలసైన్య మరల • సౌధమునకు. 114

ఆ. అంతఁ బుత్త్రి వచ్చి • యున్నదానిఁ జూడ
సంతసించి మున్న • యాసుమహిమ
తనను దేవుఁ దలఁచి • యాసార్వభౌముండు
భద్రదేవతలనియె • భవ్యభణితి. 115

ఆ. తల్లి పూజ్యురాలు • తండ్రియు ధన్యుండు
ఎల్లసుగుణములకు • నిల్లుఁ బోలె
నలరుచుండు పుత్త్రుఁ • డవ్విజయేంద్రుఁడు
వీరిచరిత్రకము • విజయకరము. 116

గీ. హంసలత విజయేంద్రుని ♦ వలచి వలచి
జనకుఁ బ్రార్థింపఁ బోవఁ జనఁగ ♦ నన్యయుజుని
దేవి యునుఁగాకు సెప్పఁగ ♦ దెలియఁ బ్రాసిన
నన్న! యితఁడె నన్నుఁ బ్రాణమ్ము ♦ హంసలతకు. 117

తే. అను విధ వది రొజఁ జెంప ♦ నాత్మ నలరి
ఆ చివురణకీరుఁ బిలిచి యో ♦ సఖుఁడ పోయి
కనుఁగొనుము ధర్మపాలునిఁ ♦ గలసి మెలసి
వేడ్కఁ గలదేమొ నాలోఁప ♦ వియ్యమంద. 118

తే. అనుచు మందారుఁ డంపిన ♦ నయ్యమాత్యుఁ
డేగి మాళవభూపతి ♦ నేకతమునఁ
గలసి సంగతులన్నియుఁ ♦ దెలుప నతఁడు
సతిసుతులఁ గాంచి యోజించి ♦ సమ్మతించె. 119

సీ. ఆవార్త విని సోఁకె ♦ నానాంగ్వ ముంచు
హర్షమ్ముతోఁ బొంగి ♦ యతులగతుల
నగరంబుఁ గైసేసి ♦ నరినాగులం దెచ్చి
రప్పించి విదుసుల ♦ నొప్పు మించి
శృంగారలక్ష్మి వ ♦ సించు మందిరమునఁ
గాంక్షమంటపమును ♦ వింతఁ గూర్చి
వివిధవాద్యమ్ములు ♦ పవాల స్వనమ్ముల
వీనులవిందుగా ♦ వినఁగఁజేసె
హంసలత హంసలలితయైన ♦ నలరునట్లు
మణిమయాభరణమ్ముల ♦ మహిమఁ గొలిపె
భద్రితన కెంతయును నేఁడు ♦ వడుదును
జనులనందఱ నానంద ♦ జలధిఁ దేల్చె. 120

తే. అంతయును సిద్ధమని తెల్ప • నదురువేట్లు
ప్రేల భేరీరవంబులు • లీల మ్రోయ
సర్వభూషణములఁ దాల్చి • సంభ్రమించి
ప్రీతిఁ దలిదండ్రులకు మ్రొక్కి • పెండ్లికొడుకు. 121

సీ. కుంజరమ్ముల నెక్కి • కూర్మితో నిరువంకఁ
దండ్రియు శౌరియుఁ • దరలిరాఁగఁ
బైఁడియందలమెక్కి • పరమసంతోషానఁ
బూజ్యురాలౌ మాత • పొల్చిరాఁగ
నాశ్వికుల్ వెనుముందు • నత్యంత భక్తితో
నంగరక్షకులయి • యలరిరాఁగఁ
బూర్ణచంద్రుఁడు నింగిఁ • బొంగి తన్ జూడఁగా
బ్రజలు వేడుకతోడ • బలసిరాఁగ
భద్రకరిమీఁద మణిమయ • ప్రభలనీను
పసిఁడియంబారి పైనుత్స • వమున వెడలి
వైభవమ్మున శ్రీసార్వ • భౌము గృహము
వచ్చిచేరెను మంగళ • వాద్యమొలయ. 122

ఆ. అంతఁ జక్రవర్తి • యవ్విజయేంద్రుని
సంభ్రమమునఁ దెచ్చి • చారుమండ
పమునఁ జేర్చి నంత • భవ్యతేజముతోడ
హర్షలతయు వచ్చి • యమలభక్తి. 123

తే. కరుణఁ గాంచిన విజయేంద్రు • చరణములను
జారువీక్షణపుష్ప మం • జరుల చేతఁ
బూజలొనరించి యొనరించి • పూర్ణమైన
తనకృతజ్ఞతఁ జూపుచుఁ • దనరుచుండె. 124

సీ. అప్పుడాచార్యుఁడ • య్యందఱి హృదయానఁ
బరమేశ్వరుని భక్తిఁ • బాదుకొల్ప
ధ్రువతారఁ బోలుచు • ధ్రువముగా గార్హస్థ్య
ధర్మమ్ము లోపలఁ • దనరుఁడంచు
నావసిష్ఠుని తోడి • యా యరుంధతిమించి
యన్యోన్యమును బ్రీతి • నలరుఁడనుచు
నెల్లరుదీవించి • యొలమితోఁ బువ్వులు
జల్లునఁ దమమీఁదఁ • జల్లుచుండఁ
వధువువరుఁడును భగవంతు • భక్తిఁదలఁచి
దృఢతరంబగుమతినిఁ బ్ర • తిజ్ఞ సలిపి
పాణిపీడనమును సప్త • పదిని జరపి
పెద్దలకు మ్రొక్కిపొల్చిరి • పేరములను.

ఉ. అప్పుడు రాజులందఱును • హర్షములోఁదను జూచుచుం
జప్పనరాజరాజు తన • చారుకిరీటముఁ దీసిప్రీతితో
నొప్పుగనల్లుశీర్షమున • నూర్జితరీతినిఁ జక్రవర్తివై
యొప్పుమటంచుఁబెట్టెఁదనఁ • యోగ్యతనందఱు మెచ్చ

ఆ. అంతఁగుసుమవర్ష • మంతటఁగురిసెను
విజయభేరిమ్రోసి • వేడ్కఁగొలిపె
జనులుసలుపునట్టి • జయజయనాదముల్
కొలఁదిమీఱెభద్ర • కోర్కిదీరె.

తే. హర్షలతవిజయేంద్రుల • హర్నిశంబు
నేకహృదయంబులోఁబర • మేశుఁగొల్చి
ప్రజలసౌఖ్యాబ్ధిఁ దేల్చుచుఁ • బ్రబలుచుండి
శుభములెల్లనుబడసిరి • సూర్యభూప.

తే. ధర్మపాలుఁడవీవునీ ♦ ధర్మపత్ని
యెన్నసరళయో యవ్విజ ♦ యేంద్రుఁడనఁగ
నీసుపుత్రుండు గావున ♦ నిఖిలశుభము
లిచ్చిప్రోచుతమిముఁబర ♦ మేశ్వరుండు. 129

మాలిని.

సురుచిరగుణమూర్తీ ♦ శుద్ధమార్గప్రవర్తీ
విరతపరిజనార్తీ ♦ విద్వదానందమూర్తీ
అరితతిసమవర్తీ ♦ హర్షరాజానువర్తీ
పరమధవళకీర్తీ ♦ భక్తిసౌధాగ్రవర్తీ. 130

గద్య.

ఇది శ్రీ పరమేశ్వరకరుణాఫలితలలితకవితాకలిత శ్రీ రామల
క్ష్మాంబా బుచ్చివేంకయామాత్యతనూజాత సకలసజ్జనవిధేయ
ఆదిపూడి సోమనాథనామధేయ ప్రణీతంబయిన శ్రీ
విజయేంద్ర విజయంబను సుప్రబంధంబునందు
సర్వంబును జతుర్థాశ్వాసము
సంపూర్ణము.

Sujanaranjani Printing Works, Cocanada.

సతీకథామఞ్జరి

ఇది

శ్రీ గుండు అచ్చమాంబికా ప్రణీతము.

ప్రసిద్ధగ్రంథకర్త్రి
మేనమామయు గోదావరిజిల్లా రిజిష్ట్రారు

నయిన

గుండు వాసుదేవశాస్త్రిచే

టీకతోఁ

ప్రచురితము.

1 సంపుటము.

కాకినాడ

1907

వెల అ [illegible] లు.

శ్రీరస్తు

విషయసూచిక.

శ్రీపరబ్రహ్మణే నమః

పీఠిక.

శ్రీ పరమేశ్వరావతారములును, సత్పురుషుల చరిత్రంబులును, సాధ్వీమణుల కథలును, గల 'శ్రీసతత్కథామఞ్జరి' యను నీగ్రంథము, చిరంజీవినియు, నా మేనగోడలు నగు గుంటు అన్నపూర్ణాంబికచే నాఱేండ్ల క్రిందటనే విరచితమయ్యెను; గాని, యింతవఱకుఁ గారణాంతరముచే ముద్రాయితము కాలేదు. అందు నియ్యది మొదటిసంపుటము. ఇందుఁ గథకు నిరువది యైదు పద్యములు గలతొమ్మిది కథలు గలవు.

పండితాగ్రేసరులగు మహనీయుల కేతద్గ్రంథకర్త యొనరించు పద్యరూపక మగు విజ్ఞాపన :- —

ఉ. ఇలఁ గలసత్కవిప్రకర * మెంతయు లక్షణవేత్తలై సభా
స్థలులఁ జెలంగు పండితవి * తానములుం దమకూర్మిపుత్త్రియుం
జెలియలుఁ గాఁ దలంచి నను * జిత్తముల న్గరుణించి తప్పుల
న్నరసినఁ జూచి దిద్దుదురు * గాత క్షమింతురు గాత నిచ్చలున్ !!

కాకినాడ,
10-4-07.

ఇట్లు
గుంటు వాసుదేవశాస్త్రి.

శ్రీ సత్యభామఞ్జరి.

శ్రీరామకృష్ణులచరిత్ర.

క. శ్రీరామకృష్ణు లఘుజా
డ్యారిసురభిషక్సయోధు లై దేవకికిన్
శూరవసుదేవునకు యదు
వీరులు పుట్టిరలశేష విష్ణ్వంశములన్.

ఉ. ఖ్యాతిని రోహిణీజనని గర్భము ప్రోచెను రాము నయ్యశో
దాతనయ న్మహాప్రకృతిఁ దాఁగొని కృష్ణుని డించి వచ్చి ప్రా
ణాతురఁ డైనశత్రునిభయంబున రక్షణ జేసెఁ దండ్రి క్రో
ధాతిశయోగ్రరూపధరుఁ డై కనెఁ గంసుఁడు తత్కుమారికన్. 2

చ. పొగిలెడిదేవకీవనిత పొత్తిటిబిడ్డను ఱాతిపైఁ దలం
బగులఁగ నీడ్చి కొట్టిన నభంబున వెల్గుచు నిల్చి మాతులుం
దెగడుచు యోగమాయ తనదివ్యశరీరము దాల్చి సద్వమా
నగమన యయ్యెఁ గృష్ణుఁ డిట నందయశోదలబిడ్డఁ డై మనెన్. 3

చ. కలఁక జనించునెమ్మదిని గంసుఁడు పూతనపేరిరక్కసిం
బిలిచి మహీస్థలిం బురిటిబిడ్డలఁ జంప విధించి యంపినం
జలమున దానిరక్తము విషంబును బ్రాణములున్ హరించెఁ గ
న్నులయిన విప్పలేని తఱి నోరు నెఱుంగని కృష్ణుఁ డత్తఱిన్. 4

సీ. మూడవనెల నిండువేడుక యగునాఁడె
బండిరక్కసుఁ దన్ని గం డడంచెఁ

బదిరెండునెలలు నేర్పడునాఁడె సుడిగాలి
రక్కసు జటాగ్రిత నుక్కడంచెఁ
దల్లికినావులిం తను మన్ను దినునాఁడె
విశ్వరూపము జూపి వింత గొల్ప
గర్గునిచే నామకరణాదుల గ్రహించి
యగ్రజుతో నాట లాడఁ జొచ్చె

గీ. నమరమునిశాప యక్షవృక్షములఁ గూల్చెఁ
బండ్లు గొని యిచ్చు వెల మణిప్రతతిఁ జేసె
జడుపు దీర్చిన తల్లికిం జనవు చూపె
ఘనుఁడు బాలకృష్ణుఁడు బృహద్వనమునందు. 5

ఉ. వేవురరక్కసు ల్పరిభవింపఁ దలంచుటఁ జూచి భీతిచే
గోవులు గోపసంతతులు గొల్వఁగ నందుఁడు పల్లెనుండి బృం
దావనసీమఁ జేర యమునానది చెంగట నాటలాడుచుం
దీవిగ రామకృష్ణులు నటించిరి బాలురఁ గూడి వేడుకన్. 6

సీ. వత్సాసురునిఁ జిత్ర వధ జేసి బకదైత్యుఁ
జెండి యఘాసురుం జీల్చి వైచె
బ్రహ్మమనోగర్వ భంగంబు గావించి
ధేనుకాసురబలోద్రిప్తి మాపె
మాయాప్రలంబదుర్మద నాశన మొనర్చి
గోగోపకప్రాణకోటిఁ బ్రోచె
కాళీయఫణిదర్పఖండనం బొనరించి
కార్చిచ్చుమ్రింగి సంకటము దీర్చె

ధర్మవిధిఁ గన్యకావస్త్రతతి నొసంగె
మునిసతీదత్త సత్రాన్నమును భుజించె
యమరతతి మెచ్చ గోవర్ధనాద్రి యెత్తె
కృష్ణుఁ డింద్ర శక్తి హసించి కీర్తికెక్కె. 7
వరుణుని మూఁక నందుని నవారణఁ గైకొని పోవఁ దత్పురం
బరుడుగఁ జొచ్చి కృష్ణుఁడు తదర్హసమర్చన లంది తండ్రి సం
బరమునఁ దోడి తెచ్చి మహిమాస్పదమై తగువిశ్వరూపముం
గరుణను జూపి గోపకుల గౌరవసంపద గాంచె దక్షుఁడై. 8
కిన్నరసిద్ధసాధ్యసురఖేచరగాన తిరస్కృతిస్థితిన్
జెన్నుని వేణునాదము నవీనగతి న్విలసిల్ల గోపికల్
మన్ననఁ జూప వారల సమస్తవిధంబుల గారవించె న
వ్వెన్నుల దొంగ లోకముల వెల్గఁ గఁజేసెడి వెల్గుకూర్మితోన్. 9
ఘనమౌ సర్పమునందుఁ బట్టి దిగమింగన్ భీతులై గోపకుల్
వనటం జెందిరి కృష్ణపాదహతి శాపప్రాప్తి వాయ న్సుద
ర్శనవిద్యాధరుఁడై హరిం బొగడె నాశ్చర్యంబుగా నందుఁడు
న్మనియె న్గోపికలెల్లరు న్మదిని బ్రహ్మానందముం బొందఁగన్. 10
శంఖచూడుని వృషభరాక్షసు వధించి
కేశిఁ బడ నేసి నారదోక్తిని గ్రహించి
క్రూరు యమపుత్రుఁ ద్రుంచి యక్రూరుఁ గాంచి
యగ్రజునితో మధురఁ గృష్ణుఁ డరుగఁ దలఁచె. 11
వేగమె నందముఖ్యులు వివేకధను ప్రభునాజ్ఞ నద్ధను
ర్యాగము చూచువేడుకఁ బ్రయాణము లై శకటంబులందుఁ బా

మీఁగడ పెర్గు నేయి మిసిమింపగు వెన్నయు జున్ను పాల్మొద
ల్గాఁ గలభాండము ల్దగినకానుకలుం గొనివచ్చి రున్నతిన్. 12

శా. అక్రూరుం గని రామకృష్ణులు తదీయస్యందనం బెక్కఁ జో
నాక్రోశించిరి తద్వియోగజనితవ్యామోహయై గోపిక
ల్శక్రస్తుత్యులు వేగ వత్తు మనుచున్ స్వామాస్తులం బోవున
య్యక్రూరుండట విశ్వరూపము ప్రభూతాశ్చర్యుఁడై గన్గొనెన్. 13

చ. ఘనమథురాపురోపవనకంఠమునం జిగి రాజ్యకూలము
ల్గొని రజకు న్వధించి హరి కూరిమి గోరుచు వస్త్రమాల్యగం
ధనికర మిచ్చువాయకసుదామత్రివక్రల గౌరవించుచున్
ధనువు పెళుక్కన న్విఱిచెఁ దత్పరిపాలురఁ గూల్చె రాముఁడున్.

సీ. రాముతమ్ముఁడు మల్లరంగమార్గనిరోధ
కువలయాపీడంబు గూలనేసి,
బలుఁడు తోడ్పడ నిల్చి బాహుయుద్ధ మొనర్చి
మల్లపంచకమదోన్మాదము బాపి,
తముకట్టఁ జూచి బాంధవులఁ జంపఁ గడంగు
కంసాధముని దీవ్రగతి వధించి
జననీజనకముఖ్య సద్బంధుజనుల సం
కెల లూడ్చి సద్భక్తి కేలుగోల్చి

గీ. యుగ్రసేనుని రాజుగా నుద్ధరించి
శక్రదత్తసుధర్మ సత్సభ నొసంగి
ప్రేమమీఱ నందాదుల న్వీటి కనిపి
యగ్రజుఁడుఁ దాను దలిదండ్రు లలర మనిరి. 15

చ. హరియును రాముఁడు న్వటువు లై వ్రతదీక్షను స్వీకరించి స
ద్గురుకులవాసులై కళలఁ గోవిదులై గురుదక్షిణార్థమై
యరుదుగ సాగరోదరము నందలి పంచజను న్వధించి య
బ్బురముగ ధర్ముఁ గాంచి గురుపుత్త్రుని దెచ్చి రుదాత్తవిక్రముల్. 16

ఉ. వారలరాకఁ గాంచి యదువర్గము మే లనఁ గృష్ణుఁ డుద్ధవుం
గూరిమి నంపి నందుఁడును గోపికలు న్ముద మందఁ జేసి కు
బ్జారుచిరాంగి సేవఁ గొని చక్కఁగ నక్కురురాజుచేత ల
క్రూరునిచేత గుర్తెఱిఁగి గుంతిని బ్రోవఁ దలంచె నెమ్మదిన్. 17

శా. జామాత న్ఖలుఁ గంసుఁ జంపిన జరాసంధుం డెదుర్ప న్సుర
ల్శ్రీమీఱ న్రథయుగ్మ మంప బలుఁడున్ శ్రీకృష్ణుఁడు న్వీరసం
గ్రామక్రీడ నొనర్చి గెల్చిరి కడంక న్వాఁడు సైన్యంబుతో
సామర్థ్యంబునఁ బోరుచుం జనుచు మాత్సర్యంబుమైఁ ద్రిమ్మరెన్.

సీ. కలహాశనునిబోధ గలకాలయవనుండు
దండెత్తి వచ్చె నుద్దండలీల
నక్షౌహిణులతోడ నలజరాసంధుండు
దాడిగాఁ జనుదెంచు నేఁడొ రేపొ
యని సముద్రస్థలిన్ ఘన పురి ద్వారకం
గట్టించి యాదవాగ్రణుల నిలిపి
తఱిమి శత్రువు వెంటఁ దగుల నమ్ముచికుందు
చే వానిఁ జంపించి సేన నొంచి

గీ. యగ్రజునితోఁ బలాయితుఁ డైనకృష్ణుఁ
గని ప్రవర్షణాద్రిని దాహ మొనరఁ జేసి

యోగ నలజరాసంధుఁ డయ్యోగమూర్తి
లిలను లంఘించి పురిఁ జేరి రెలమితోడ. 19

ఉ. రైవతకుండు పుత్త్రికను రామున కిచ్చెను కృష్ణుఁ డష్టభా
ర్యావరుఁడై చెలంగి నరకాసురునిం బరిమార్చి యాపదా
ర్త్వపుర రాదకన్నియలఁ జెండిలియై సురభూరుహంబు న
త్త్యావనవాటి నాకె దివిజావళిఁ గెల్చె త్రిలోకపూజ్యుఁడై. 20

సీ. సతికిఁ బదొండ్రుగా సుతు లుద్భవిల్లిరి
శ్రీకృష్ణుఁడును ముద్దుచేసి పెంచె
ననిరుద్ధునివివాహ మొనరించి బలునితో
నెత్తిమాడుచు రుక్మి నేలఁ గూలెఁ
గరములు నఱికె ముష్కరబాణదైత్యుచే
మమమనిభార్యతో మునిచెఁ జక్రి
బలుఁడు వ్రేపల్లెబంధులతో జలక్రీడ
కై పిల్వఁ గాళింది కదలకుండ

గీ. హల మతఁడు బూని నూఱు కాల్వలుగ నీడ్చె
శరణ మని యామె వస్త్రభూషణము లిచ్చె
శాంతి గొనె సీరి కృష్ణుఁ డాచెంతఁ బౌండ్రు
గాశిరాజుతోఁ బరిమార్చె ఘనభుజుండు. 21

మ. కురురాజాత్మజఁ గొంచు సాంబుఁ డరుగం గోపంబుతో నాతనిం
జెఱలోఁ బెట్టినరాముఁ డగ్గి హలముం జేపట్టి యాహస్తినా
పుర మెల్లం బెకలించుచున్నతఱి నాపుత్త్రం డొచు రారాజుమా
తుర నల్లుం డని వారిఁ దెచ్చి యిడ సంతోషించె నవ్వీరుఁడున్. 22

సీ. ఘనశమంతకపంచకమున సూర్యోపరా
గస్నాన మాడి యగ్రజుఁడు దాను
ధారుణీశ్వరుల నందయశోదలను గోపి
కాస్త్రీల మౌనిసంఘములఁ గాంచి
యగ్ర్యోవిభులవారి నలరించి వసుదేవు
నధ్వరరక్షణం బాదరించి
నందాదులును బంధుబృందమ్ములును దాము
నెమ్మి నచ్చట మూఁడునెలలు నిల్చి
గీ. దేవకీదేవికోరికఁ దీర్పఁ దలఁచి
సుతలమున కేగి తెచ్చిరి సోదరులను
క్రతుసహస్రి మొనర్చి రప్రతిముల యిన
రామకృష్ణులఁ బొగడఁ దరంబె జగతి. 23

ఉ. సాళ్వుని దంతవక్త్రముఖశత్రుల గూల్చెను జక్రి రాముఁడున్
బల్వురు బాంధవుల్ బొలియ పాండవయుద్ధము రోసి తీర్థయా
త్రల్వడిఁ జేయుచు న్ముని హితంబుగ యాగవిరోధిరక్కసున్
వల్వలుఁ ద్రుంచె మున్ద్వివిదవానరుఁ బట్టివధించు చాడ్పునన్. 24

చ. విజయుని గూడి విష్ణుఁ గని విప్రతనూజులఁ దెచ్చి యిచ్చె స
ద్విజుఁ డగు నాసుదేవుఁడు విదేహుఁడు సల్పెడుపూజ లందె న
క్కజముగ నాక్కమాజె భువిఁ గాచెను రాక్షసశిక్షణంబునన్
నిజ మగుయోగశాస్త్రమును నిర్మితిచేసెను గృష్ణుఁ డిద్ధరన్. 25

సీ. రాజసూయము ధర్మరాజు సల్పెడినాఁడు
శిశుపాలుఁ దెగటార్చి శ్రేయ మొసఁగ
ఖాండవదహనాది కార్యంబులకుఁ దోడు
పడి యర్జునునకు సుభద్ర నిచ్చె
శౌర్యోన్నతుని జరాసంఘు భీముని బంపి
బాహుయుద్ధమునందు భంగపుచ్చె
గౌరవఘోరసంగ్రామజయం బిచ్చి
ధర్మజు రాజుఁ గాఁ దనరఁ జేసె
గీ. వస్త్రదాన మొసంగి ద్రౌపదిని బ్రోచె
జీవము నొసంగి యాపరీక్షితుని గాచె
బాండుసూనులపాలికల్పద్రుమంబు
కృష్ణుఁడాదిమవిష్ణుండు కేవలుండె. 26
క. ధీరు లసమానవిద్యా
పారగులు సమస్తసుగుణభాసితులు మహా
వీరులు వారలఁ బొగడఁగ
నేరికిఁ దర మౌను భక్తి యే ముఖ్య మగున్. 27

శ్రీసత్కథామఞ్జరి.

శ్రీ రుక్మాంగద చరిత్రము.

క. శ్రీరుక్మాంగదుఁడు యనూ
ద్యాగాథాష్టాంగసిద్ధుఁడై స్వప్రజలోఁ
గూరిమి హరివాసర దీ
క్షారంభుఁ డయ్యె దేవతాళి నుతింపన్. 1

శా. ఆపుణ్యవ్రత మాచరించుఫలమో యన్నట్టు లెన్వేళల
న్బ్రాపై మేఘుఁడు వర్షము న్గురియుచు న్బ్రసిల్లు ముక్కాఱుల
న్జూపట్టు న్వసుధాస్థలి న్భరిత నూను న్బంట పై రెల్లెడ
న్బ్రాపింపం బని లేకయుండె శమనప్రాగ్ద్వార మెవ్వారికిన్. 2

క. అప్పుడు సమవర్తిజాని గని
చెప్పెను నారదుఁడు నృపతిశీలము నతఁడా
చొప్పెఱిఁగి భారతీపతి
కప్పగిది వచింప నేగి యవనతుఁడైనన్. 3

ఉ. అత్తఱిఁ బద్మసంభవుఁ డహర్పతిపుత్త్రిని దేఱిచూచి నీ
చిత్తము ఖిన్నతం బొరసి చేద్వడుకారణ మేమి? నాఁగ, మ
త్పత్తన మెల్లఁ బాడువడెఁ బాపులు స్వర్గనివాసులైరి యీ
క్రొత్త జనించుటెట్లు తమకు న్విశదం బది కాకయుండునే? 4

క. పంచమహాపాతకులును
మించి విమానముల నెక్కి మెఱసి వికుంఠం

బంచితగతిఁ జనుచుండిరి
మంచి చెడుగు లింక నెవ్వి మదిఁ జర్చింపన్. 5

ఉ. దండుగ చిత్రగుప్తులు వృథా దినచర్య లిఁకెందు కేల, నా
దండము తుప్పుపట్టె, యమదండన స్వప్నపునాటి యయ్యె, ను
ద్దండ దురాత్ములు న్హరిపదంబున కేగుచుపుణ్యు లొక్క టై
కొండిరె; పాశదండములకు న్వెలి యయ్యె నటంచు బల్కెనన్. 6

చ. కలకల నవ్వి నాలుగు మొగంబుల నారసి వాణిఁ జూచి తం
బలఘుతరప్రభావ మగు నెనను విన్ను మొనర్పఁ జూచెద
న్నలఁగకు మంచుఁ దత్పురికిఁ గాలుని బంచి సుహాస యుతాననో
జ్జ్వల యగు మోహినీసతిని సారసగర్భుఁ డొనర్చి యిట్లనున్. 7

క. లలనా! రుక్మాంగదభూ
వలయాధిపుఁ డాచరించువ్రత ముడిగింప
న్వలయు నని చెప్పి చెలుల
న్బలుమృగముల సృష్టిఁజేసి పద్మజుఁ డనిపెన్. 8

ఉ. తప్పక నేల యీనినవిధంబున నెబ్బులిపిండు సింగము
ల్దుప్పులు నేదుపందులును దొడ్డసివంగులు పట్టెనమ్ముగన్
దెప్పలుఁ గుప్పలైనటుల దీమసమెత్తి జనంబు నొంచఁ బెం
డప్పలు కాలకించి మృగయావ్యసనోన్ముఖుఁడై చనె న్నృపుం. 9

ఉ. మంచి కరాళ వక్త్ర శిత మార్గణ పంక్తుల సింహసాళ్వము
లాఁగించనబాణ జాలముల ఖడ్గ వరాహంబులెల్లను కోటులు
న్గాంచక త్రుంచిత్రుంచి మదకుంజరయూథము నుగ్గుచేసి ప్రా
పించెను వామదేవునటవీస్థలి రాజవరుండు సన్నుతిన్. 10

సీ. ఇష్టకామేశ్వరు నిమ్మంధరాద్రిపై
సేవింపు మని మౌని చెప్పి యంపె
సేనల నట నిల్పి శీఘ్రము మచ్చటి కేగ
నమ్మోహినీరూప మరయనయ్యె
వీణియ మొరయించి వివిధరాగాలాప
ములఁ జేసి యలరించె ముద్దుగుమ్మ
యజు నాజ్ఞచే మారుఁ డలరుములుకులు వింట
సంధించి బెగడింప సాహసించె
నిష్టకామేశ్వరునిమ్రోల నెన్ని యేని
బాస లొనరించి మోహినీభార్యతోడ
రాజశేఖరుఁ గొనియాడి రాజ్యమునకు
సేనతో వచ్చె నారాజశేఖరుండు. 11

శా. మాత ల్సంతసమందఁ దండ్రి కెదురై మర్యాద ధర్మాంగదుం
డే తేర న్వరపుత్ర రమ్మనుచు నుర్వీజాని తన్మోహినిన్
బ్రీతిం జూపి త్వదీయమాత యనుడు న్వీక్షించి యాయిద్దరిన్
జేతు ల్మోడ్చి భజించి వేడ్కఁ నగరుం జేర్చె న్సుతుం డత్తరిన్ 12

సీ. సంధ్యావళీదేవిసదనంబునకు నేగ
జరిగినకథఁ జెప్పె ధరణిభర్త
తద్వార్త నాలించి తలిరుబోణి యొకర్తు
శతసతీనివహవిశ్రుతము చేసె
ననలంబు తలిరాకు నాచినయట్లైనఁ
పిడుగువార్తను గుండె లడలఁజొచ్చెఁ

దాళఁజాలక హర్మ్యతలముల విడనాడి
విలసించి రట నిల్చి నెలఁతు లెల్ల
నపుడు పట్టపుదేవి ధైర్యాఢ్య యగుచు
వారి నూరార్చి పతిభక్తి గౌరవించి
వస్త్ర వర భూషణోజ్జ్వల భాసితాఁగుఁ
గ్రోత్రసవతి కర్పణ చేసెఁ జిత్తమలర. 13

క. ధారుణిఁ గుమారుఁ డేలఁగఁ
గూరిమి భార్యాశతంబుఁ గోరక వేదా
చారంబు విడిచి హరిచిం
తారతియు న్మఱచి యేఁడు ధాత్రినియుక్తిన్.

శా. ఇచ్చ న్నందియ మొందుచుం జననిమో మీక్షించి ధర్మాంగదుం
డిచ్చో నేమియుపాయమో తెలుపుమీ యీసద్వ్రతోల్లంఘన
న్వచ్చుం దోషము రాజునాజ్ఞఁ గడవ న్భావ్యంబుగా దమ్మహీ
న్వచ్చెన్ గార్తికశుక్లపక్ష మనుచు న్వాక్రుచ్చె భీతాత్ముఁడై. 15

గీ. అత్తలోదరి చిఱునగ వొఁప్పినైచి
తలవరులఁ బిల్చి నాల్గువీధులను జాట
నాజ్ఞ యొనరింపు మవల శ్రీహరియు లేఁడె
యనుచు వచియించె నాత్మజుం డట్లొనర్చ. 16

సీ. ఓహో! మహీధవుం డుగ్రశాసనుఁ డౌట
శ్రద్ధాళు రగుడు భూజనములార!
కార్తికైకాదశీ ఘనపుణ్యదివసంబు
హరివాసరశ్రేష్ఠ మయ్యెలార!

క్షీరాబ్ధి మేల్కాంచి శ్రీలక్ష్మి విష్ణుండుఁ
బుడమికి నేతెంచుఁ బుణ్యులార !
దశమి వ్రతాది ద్వాదశీ వ్రతాంతం బార్య
సమ్మతాచారంబు సాధులార !
యనుచు భేరులు మొరయించి యఖిల దిశల
భద్ర దంతావళంబులో బయలు దేఱి
నిల్చి నిల్చి వాక్యార్థంబు నిర్ణయించి
చాటి రప్పుడు యువరాజుశాసనంబు. 17

మ. జయభేరీనినదంబు వీనులకు గర్జారావమ్మైన భూ
దయితుం డించుక యాలకించి వినుటన్ దైత్యారినామావళీ
మయమ్మై లోఁప మఱొక్కమార్ధ్వనిన సన్మాన్యవ్రతారంభని
ర్ణయకాలంబు వచింపఁ బాన్పు డిగియె న్నారాయణధ్యానుఁడై. 18

మ. చెఱఁగుల్పక్కఁగఁ జెక్కు నిల్వఁబడి నిశ్చేష్టత్వముం జెంది ముం
గురు లొక్కించుక గీఱి కొప్పిడి నృపుం గోపించి నిట్టూర్పుతోఁ
దిరుగం జూచి వచింపఁ బోయి మరల న్దీనత్వముం జూపి ని
ష్ఠురత న్బల్కెడు మోహినీయువతికి న్సూర్యాన్వయుం డిట్లనున్ 19

ఉ. వారిజపత్ర నేత్ర ! హరివాసరసద్వ్రత మాచరింతు, నీ
దారుణ భంగి మాని విను తద్విధ మీతిధి నేకభుక్త
న్వారకచేసి రేపు నుపవాసము జాగరణంబు ద్వాదశీ
పారణయున్ వ్రతాచరణ పద్ధతి గాదె విధియుక్తమై తగన్. 20

క. అని తెలుపు తీయుసతనిం
గనుంగొనుచు నగ్రభార్య కౌతుక మొంద

న్బని మించు ననుచు నమ్మో
హానీవనిత యిట్టు లను మహీవిభుతోడన్.

చ. నిను విడనాడ నెన్నటికి నిక్కము నిక్కము నమ్ము నమ్ము
వనితలఁ దేఱిచూడ నొకపల్కును కేనియు మాఱుపల్క న
వనజదళాయతాక్షి యని బాస లొనర్చి నరేశ్వరా యు
శుని శిరమందుఁ జే యిడినసూనృతవాక్యము విత్రవుత్తవే!

చ. హరిహరి యించుఁ గర్ణముల నాచికొనం దగ నంత్రపాప
ప్పరుసున సంభవించె హరివాసర మన్పలుకైనఁ బల్కితే!
పురుషుల నమ్మఁగాఁ దగునె మోసమొనర్చెద వీవటంచుఁ
చ్చరణములాన నే నెఱుఁగఁ జాల నటంచు నెలంత పల్కి

సీ. అపకీర్తిపాత్రయ నరుదెంచె పరి యడుగుము
మది నిర్ణయించె ధర్మాంగదుండు
సాక్షి విహితధర్మసరణిని బోధించు
నట్టిబుద్ధులు చెప్పె నగ్రభార్య
చిరపరిచిత మైన శ్రీవిష్ణుపదభక్తి
సమయింతె యని పల్క నవతిపించు
సత్యవాక్యద్రోహసరణికిఁ గొంకని
వ్రత మెట్టి దని పల్క బ్రహ్మపుత్రి
లలనరో! పుత్రమిత్రకళత్రములను
సకలసామ్రాజ్యమును బాయ సాహసింతు
నాఱు నూఱైన నూఱాఱు లైనఁ గాని
వ్రతము విడఁజాల నని మహీపతి వచించె.

శా. ఈవేదాంతముఁ దెల్పు పత్ని లేదు గదె యీక్షించుచు న్నిల్వఁగ
న్నీవే సూనృతవాది నైన సుతుని న్వర్జించి యేకాదశిన్
శ్రీవిష్ణు న్భజియింపు మప్పనికి నీ చేయాడిన ట్లైన నే
న్నీవైరాగ్యము మాతృఁ గాక యని యయ్యేణాక్షి వాక్రుచ్చినన్ 25

మ. తగు నేకాదశి నిట్టికార్య మనుమన్ ధర్మాంగదుం డాడిన
న్జగతీనాయక తెంపు సేయు మనుచు న్సంధ్యావళీదేవి స్వా
వగ లోలోన నడంచి సత్యనిరతి న్వజ్రాయుధం బుగ్రభం
గిగ రాజన్యుఁడు తాల్చి నిల్చె తనయగ్రీవంబు ఖండింపగన్. 26

ఉ. తాళుము తాళు మంచు హరి తామరసాలయ కొల్వ వచ్చి కెం
గేల నదల్చి పట్టె సురకీర్తనము ల్చెలరేఁగ భూవిభుం
డోలి నుతించె శ్రీపతి మహోన్నతసౌఖ్య మొసంగుచు న్సుతుం
బాలన చేసె మోహిని నెపంబున నానృపకీర్తి మించఁగన్. 27

శ్రీ సత్కథామఞ్జరి.

శ్రీ ధృవచరిత్రము.

క. శ్రీరమ్యారాజ్యగరిమన్
ధారుణి నుత్తానపాదధరణీపతి కా
న్నారు సునీతి సురుచి దే
వేరులుగా నగ్నిదీప్తి విలసితుఁ డగుచున్.

శా. ఆరాజన్యున కగ్రజాతుఁడు ధ్రువుం డై దేండ్లబాలుండు సిం
గారం బొలక్కఁ బసిఁడిమే నొలయ నిక్కం బౌ మనోధైర్యముం
దోరం బై కనుపట్టఁ జిన్నినడలం గోతెంచి తేనవ్వుతో
గారా మొప్పఁగఁ దండ్రిపెంపొడల నెక్కంబోవు నన్నంతలో

క. చూపోపక సురుచి మదిని
గోపము జనియింప సవతికొమరున కను నో
పాపఁడ! నిలు మెట కేగెదు
నాపతితొడ నెక్క నీకు న్యాయమె చెపుమా.

ఉ. పుట్టితె నాదుగర్భమున! భూనుత సద్వ్రతకోటి సల్పితే
మెట్టితె సర్వతీర్థములు మేను గృశింపఁ దపం బొనర్చితే
పుట్టెడు కోరిక ల్గదురఁ బొంగుచు వచ్చుచునుంటి పోర నీ
కెట్టు లభింపనోపు ధరణీశ్వరసూనుగతొడసంపదన్.

క. ఈచెనఁటిబుద్ధి నీకుం
దోఁచెనా యటు కాక గర్వగూషితమతి నా
లోచించి సగతి తెలిపెనా
నాచిలుకనిసొత్తు భాగ్యనగరికి వెలిరా.

మ. అని పిన్నమ్మ యదల్చి పల్కఁ జనకుం డమ్మాట లాలించియున్
విననట్లూరక యుండె బాలకుఁడు నిర్వేదంబు రెట్టింప నె
న్వెనుకం దగ్గి గిరాలున న్మరలి పెన్భీతి న్విలోకించుచుం
జని తల్లిం గని మోము వంచుటయు నాసాధ్వీలలామం బనున్, 6

క. ఆతల్లి యేమి యనెరా
నాతండ్రీ కంటినీరున న్వచ్చితివే
నీతండ్రి చూచుచుండెనె
యీతలవంపు లగుచేఁత లెట్లు భరింతున్, 7

గీ. అని కవుంగలించి యాననం బొత్తిన
యమ్మమోముఁ గాంచి యూవు రనుచు
నేడ్చుచున్న బాలు నెల్లరు నీక్షింప
నాలగోలు బాలగోలు నయ్యె. 8

ఉ. అప్పుడు కంటినీ రుడిచి యల్లన బాలుని బుజ్జగించుచు
న్జెప్పుము నాయనా! సవతి చిన్నతనం బొనరించి యంపెనో
యెప్పటియిట్ల మీజనకుఁ డిచ్చమెయి న్నిను గారవింపఁడో
యెవ్వలకుప్ప యన్న ధ్రువుఁ డొయ్యనఁ దల్లిని జూచి యిట్లనున్.

క. అమ్మా! తప మన నెయ్యది?
యెమ్మాడ్కి నొనర్పఁ దేవుఁ డిచ్చ నలరువాఁ
డమ్మేటి నామగూఢము
లెమ్మాదిరి బోధచేయు మెఱిఁగితివేనిన్. 10

వ. అన విని బాష్పమ్ము లొరఁగ నక్కునఁ జేరిచి తల్లి పుత్త్రకా
నినుఁ గని మాఱుతల్లి యిట్టినిష్ఠురకష్టము లోర్చుచుంటి నా

కనులకు నీవునుం గల్గవు గావలె నంచును బోధచేసి యి
ట్లనియెనె తండ్రి చూడ నకటా! విధి నాదెస నెంతక్రూరుఁడో! 11

క. చూడ ముకుఁబద్వ్య లాఖని
వాఁడవు నీవేడ వేదవాఙ్మయతత్త్వం
బేడఁ దప మేలరా యీ
యీడున కీబ్రహ్మవాత్యయే యనురీతిన్. 12

మ. అనుచుం బెక్కుతెఱంగులం దెలిపి క్షైర్యాలంకృలోద్భాసిదై
వినకుండ న్బరమేశరూపగుణము ల్వేమాఱు వర్ణించి భ
క్తిని నెక్కొల్పుమవాక్యబోధ ననురక్తిం జెప్ప నబ్బాలుఁడు
జ్జననీ! విశ్వద నంచు మ్రొక్కి తపము న్సాధింప నేగె న్వనిన్.

క. చనిచని వనమున నారద
మునీశ్వరుని గాంచి వినయమున మ్రొక్కుటయు
న్మనమున ననుకంప గదుర
జననాథతనూజుఁ జూచి సంయమి పల్కెన్. 14

ఉ. ఒంటిఁ జరించుచుంట తగదోయి కుమారక మోము వంచెదే
కంటికి నీకు నేమి కడి గానిలఁ దోసము మోగదృష్టిఁ గ
న్గొంటిని సర్వము న్వినుము నుతుండపుఁడు ప్రోచునుగాత నమ్ము మీ
యింటికి నంపి వత్తు ననె నీశ్వరుని న్గనఁ గోరె బాలుఁడున్. 15

శా. శ్రీలక్ష్మీపతిద్వాదశాక్షరి మునిశ్రేష్ఠుండు బోధించుచు
న్నీలం బొప్పఁ బఠింపుమీ యనుచు నిష్ఠ న్యోగలక్ష్యాదులన్
బాలుం బంప్పఁ జెలంగుచున్మధువనమ్ముం జేరి బాలుం డెద
న్శ్రీలంను న్యమునానదీతటము నెమ్మిం గాంచి సంప్రీతుఁడై. 16

ఉ. అప్పుడు ఊచపట్టి పరమాత్మునిఁ దలంచుచుఁ బెక్కునేమముల్
దప్పక తాల్చుచు న్దప ముదగ్రతఁ జేయఁ దొడంగె నిద్రయున్
డప్పియు నాఁకలి న్మఱచెఁ దాపసు లచ్చెరు వొంద లోకము
ల్మెప్పిరి గొన్న వేండ్రమున మువ్వురు వేల్పులలోఁ జలింపఁగన్. 17

క. ఈగతి నొప్పెడు ధ్రువునిన్
భోగివలయుఁ డౌ ననంగ ఋషులు నుతింప
న్వేగఁ గనవచ్చె శ్రీహరి
లేఁగను గనవచ్చు నావులీల దనర్పన్. 18

క. ఒకకెంపఁ గొట్టఁ బాలు మ
ఱొకకెంప న్గొట్ట నీయ కోహో బాలుం
డకలంక తపశ్శక్తిని
సకలేశ్వరుఁ గాంచె నందుఁ జాటిరి దివిజుల్ 19

ఉ. మేటి కిరీటము న్సిరియు మేలిమిరత్నము వైజయంతియున్
హాటకచేలము న్నిడుద లైనకనుంగవ నాల్గుచేతులుం
జాటి పరాత్పరుం దెలుపఁ జాగిలి మ్రొక్కెను బాలుఁ డాజగ
న్నాటకసూత్రధారి కరుణన్ దరముం గొని దువ్వెఁ జెక్కులన్.

సీ. వేదాత్మకం బైనవిష్ణుశంఖస్పర్శ
చే శక్తి గల్గి దేవేశ సర్వ
మయుఁడవు నీవె చిన్మయపరబ్రహ్మంబ
వీవె వేదాంతార్థ మీవె కావె
సత్వసత్వం బీవె త్రిగుణాతీతుఁడ
వీవె దివ్యజ్యోతి వీవె కావె

నిరతిశయుఁడ వీవె నిత్యమూర్తివి నీవె
లో వెలి వెలిఁగెద వీవె కావె
యని వినుతిసల్ప బాలకుఁ డభిమతార్థ
మనుచు హరి యిర్వదాఱ్వేల నానూరు నేండ్లు
వసుధఁ బాలించి సప్తర్షివరప్రదక్షి
ణార్హమండలం బేలు స్తుత్యర్హముగను. 21

చ. అది యుగముల్నశించుతఱి నెనఁ జలింపనిమండలంబు నీ
యదిగ నొనర్చువాఁడఁ జనుమయ్య పురంబున. పల్లిదంప్రుల
న్ముదమునఁ జెల్పుమయ్య యని ప్రముఖులనంది భవిష్యదర్థము
ల్పదిలముగా వచించి చనె భక్తజనావనుఁ డాదరంబునన్. 22

శా. సాయుజ్యంబును వేఁడ నైతిని గదా సంసారచక్రంబున
న్మాయాబద్ధుఁడనై భ్రమించుటకు సామ్రాజ్యంబు ప్రాపించునో
కాయం బస్థిర మంచు నొచ్చుకొని లోకస్తుత్యు సాక్షి న్హరిం
ధ్యాయ న్బాలకుఁ డెంచె; నారదుఁడు మింటన్వచ్చి రాజేంద్రుతోన్.

ఉ. ఏ మది చిన్నవోయెదు మహీశ్వర! మీసుతుచేఁదువక్త్రికు
స్నేమమె యామపుత్రకుఁడు శ్రీయుతుఁడై మనుమన్న నా నతం
డోమునివర్య యగ్రసుతు నుల్లమునం దలపోయుచుంటి న
య్యో మనియున్న నా న్నని శుభోక్తి వచించి చనె న్మునీంద్రుఁడున్.

సీ. ఆరాజవరుఁడు దప్పు దగ భార్యన్ను జేరఁ
పిలిచి పుత్త్రునివార్తఁ దెలియఁజెప్పి
పట్టణాలంకారపద్ధతి నియమించి
చాటింపఁజేసి యమ్మేటిరాక

కైదుముగాఁ బల్లకు లెక్కి దేవులతోడఁ
గదలి యాధ్రువుఁ గుచ్చి కౌఁగిలించి
యలని నమస్కృతు లంద దీవన లిచ్చి
పట్టంబు గట్టి సంబర మొనర్చె
శింశుమారప్రజాపతి శిఖిగురుండు
మామలుగఁ బ్రమియు నీలయు భామినులుగఁ
గల్పవత్సరోత్కళు లనఁగల తనయులఁ
బుత్త్రి నొకర్తుఁ బడసె నిద్ధాత్రి ధ్రువుఁడు. 25

క. తనయుని సుగుణోజ్వలు శ్రీ
జనార్దనాసక్తచిత్తు సంతానయుతున్
జననీజనకాదరుఁ గని
సునీతి సంతసము నొందుచు న్విలసిల్లెన్. 26

శా. పాలించె న్నగసేతు శీతమహిభృత్ప్రాంతోరు భూభాగముల్
దూలించె న్రిపుధైర్యమేరుశిఖరిన్ దోర్దర్ప మేపారఁగన్
జాలించెం ఘనదేశవీరరణముల్ స్వాయంభువప్రీతికి
గ్రోలించె న్హరియాజ్ఞ సత్క్రతువుల న్మించెన్ ధ్రువుం డద్ధరన్. 27

శ్రీసత్కథామఞ్జరి.

శ్రీరామచరిత్ర-

కం. శ్రీదశరథరాజు సుపు
త్రార్థియయి మర్థించి యాగ మొనరించుతఱిన్
శ్రీదయితుని వేఁడిరి బ్ర
హ్మాదులు రావణవధార్థము జనియింపన్. 1

మ. అభయం బిచ్చి తదుక్తిఁ దెల్పి హరి దేవానీకముం బంచెఁ ద
చ్ఛుభలగ్నంబున హవ్యవాహనుఁడు నిచ్చెన్ బాయసం బిచ్చెఁ బ్రే
మ భరం బౌటను రాక కగ్రమహిషీమర్యాదఁ గౌసల్యకు
న్విభుఁ డిచ్చెం దె సుమిత్ర కిచ్చి సవతు ల్వేర్వేఱ భక్షింపఁగన్.

మ. పొలఁతు ల్మువ్వుర గర్భచిహ్నములలోఁ బొల్పొంద సీమంతముల్
సలిపె న్వైభవ యుక్తుఁడై దశరథక్ష్మాపాలుఁ డంతం దలం
పులు మాసంబులు నిండ షోడశకళాస్ఫూర్తిన్ రమాభర్త కౌ
సలరాజాత్మజ కుద్భవించె జనశ్లాఘాముఁడై రాముఁడై. 2

కం. రణభీకర మగు నారా
యణ శంఖ మ్మొదవె భరతుఁ డనఁ గైకకు నా
ఫణి చక్రాంశంబుల ల
క్ష్మణశత్రుఘ్నులు సుమిత్రకా న్పరి ధరన్.

ఉ. బాలురు తల్లిదండ్రులకుఁ బండువు సేయుచు నాటపాటలం
దేలుచు వేదశాస్త్రముల ధీనిపుణులై విలువిద్య నేర్చుచో

మే లని గాధిజుండు పుడమిం గ్రతురక్షణ కర్థి వచ్చి, భూ
పాల! మహోగ్రరాక్షసవిఘాతుని రాముని బంపు నావుడున్. 5

మ. పసిబాలుండు మహోగ్రదానవులఁ బాపం జాలఁ డోతండ్రి నే
నసి చాపాదులతోడ వత్తు ననఁగా నమ్మౌని యల్ల న్వసి
ష్ఠుసుబోధ న్నృపుఁ డంప లక్ష్మణునితోడ న్రాముఁ డేతేరఁ దా
పసి శస్త్రాస్త్రము లిచ్చె వింటివసఁ బోల్పన్రాక వా రున్నచోన్.

శా. ఘోరాంగయై చనుదెంచు తాటకికి నుగ్రాంగయై గురూక్తిన్ యమా
గారాతిథ్య మొసంగి తత్సుతుల వీఁకం దాకెఁ బాణద్వయి
న్మారీచుం డల దక్షిణాబ్ధిఁ బడియె న్మ్రందె న్సుబాహుండు నా
శ్రీరాముం డసమానుఁడై యజనమున్ జేయించె నమ్మౌనిచేన్.

మ. హరచాపోక్తిఁ దలంచి వేడ్కన్ మిథిలాధ్యక్షుం గనంగోరి య
న్వరమౌనీంద్రుఁడు రామలక్ష్మణులు గొల్వ న్వచ్చుచో రామపా
దరజస్స్పర్శనమాత్ర నొకన్ శిల కాంతారూపముం గాంచె న
ప్పురి కమ్మౌనివరు నేగిన న్జనకుఁడు న్బూజించి విల్చూపినన్. 8

ఉ. గాధిజుకన్నసన్నఁ బురఘస్మరు విల్విఱుగంగఁ జేసి ధా
త్రీధవుగౌరవంబుఁ గను శ్రీరఘురాముఁడు పెండ్లిపెద్దయై
భూధరమంత వాఁడగుచుఁ బొంగుచుఁ బంక్తిరథుండు వచ్చె న
న్మైథిలి నూర్మిళాసతిని మాండవి నాశ్రుతకీర్తిఁ గన్యలన్. 9

శా. కల్యాణంబు యొనర్చె నప్డు జనకక్ష్మాభర్త వేర్వేఱఁ గౌ
సల్యాపుత్త్రుని లక్ష్మణు న్భరతుని న్శత్రుఘ్నుఁ బూజించి త్వ
త్తుల్య న్బాణిఁ బరిగ్రహింపు మని సంతోషంబుతోఁ బ్రేమతో
మాల్యాదు ల్మధుపర్కము ల్దగపి సన్మంత్రోక్త మౌరీతిగన్. 20

మ. అరణంబు ల్చతురంగవాహినులుఁ దా నల్లుండ్రకి కర్పించి భా
సురవస్త్రాభరణాదులన్ దశరథక్షోణీశుఁ బూజించి సా
దరుఁడై కూఁతుల సారె పెట్టి యనిచెన్ దాసీజనం బిచ్చి సో
దరుఁడున్ గాంతలు వంత నొంద మిథిలాధ్యక్షుండు దీనాత్ముఁడై.

మ. జనకు న్మెచ్చి ప్రయాణమై దశరథక్ష్మాభర్త యేతెంచుచోఁ
గని శ్రీరాముని భార్గవుండు హరువి ల్ఖండించి గర్వాంతె నా
ఘనచాపం బిదె వంపుమన్న నతఁ డుగ్రస్ఫూర్తి నీపుణ్యలో
కనికాయంబో పదంబో తున్మ నికఁ జిక్కెం బీశరాగ్రం బనెన్.

మ. మది గుర్తించి నుతించి భార్గవుఁడు రామా కశ్యపాక్ష న్నవి
న్బద మానం జన దద్రి కేగవలెఁ ద్వద్బాణాగ్ని మత్పుణ్యసం
పద కానావుడు నట్లొనర్చెఁ దపము న్బ్రాపించె నాతండు స
ర్వదిశ ల్బ్రోవఁగా నయోధ్య విడిసెన్ రాజేంద్రుఁ డత్యుద్ధతిన్.

శా. భూవిభుఁ డగ్రసూనునకుఁ బొంగుచుఁ బట్టము గట్టనెంచు నో
భావి నెఱింగి లగ్న మొకభంగి వసిష్ఠుఁడు పెట్టె నంత నా
గ్దేవియు మంథరారసన దేవహితార్థము నిల్పె దాని బో
ధావశ యైన కైక తనతాలిమి తూలఁగ భర్త కిట్లనున్. 14

ఉ. ఆహవభూమిఁ గేర్నడిపినప్పుడు రెండువరంబు లిచ్చి తీ
వీహిత మాచరింపుము మహీపతి మత్సుతుఁ జేసి రాజు ని
ర్మోహుఁడవై యరణ్యమున ముచ్చటగాఁ బదునాలుగేండ్లిడ
న్సాహస మొప్పఁ గోరితిని సత్యవచోనిధి వైన నీ వనెన్. 15

మ. వికటంబై హృదయంబు వ్రీలు పలు కుర్వీనాథు నొప్పించె మా
టకు మార్మాట వచింపలేక యతఁ డుండెన్ రాచపుంగవుఁడు జా

నకితో లక్ష్మణుతోఁ జనం దలఁచె భూనాథుండు సద్భూషణ
ప్రకరంబు ల్దనముద్దుఁ గోడలికిఁ బంప న్భక్తితోఁ గైకొనెన్. 16

మ. అన్నయుఁ దమ్ముఁడు న్మునులయట్టుల నారలు గట్టి విండ్లతో
మన్నన సీతతో నడవిమార్గముఁ బట్టిరి నావ దాటిఁ పే
రెన్నికఁ గన్న సన్మునుల నెల్లరఁ గాంచుచుఁ జిత్రకూటముం
గన్నతెఱం గెఱింగి కనఁగా వడి నాభరతుండు వచ్చినన్ 17

చ. దశరథుచందము న్వినుచు ధర్మవిధు ల్నెఱవేర్చి పాదుక
ల్వాశ మొనరింపఁ గైకొని తపంబునకై భరతుండు నేగ ది
గ్వశదయశుండు రాఘవుఁడు వేడుకఁ గట్టిన పర్ణశాలలో
శశిముఖి సేవ చేయ ననుజన్ముఁడు గొల్వఁగ నుండి వెండియున్ 18

సీ. కాకాసురుని గాచి కామించు శూర్పణ
ఖను దమ్ముచే భంగ మొనరిపించి
ఖరదూషణాది రాక్షసులను బదునాల్గు
వేల నొక్కరుఁడ నిల్చి లీలఁ దున్మి
మాయామృగముఁ ద్రుంచి మైథిలి న్వెదకుచు
నలజటాయువునకు నగ్నియిచ్చి
త్రోవ నడ్డినకబంధుని మోక్షమొందించి
కూరిమి శబరివిం దారగించి
సీతసొమ్ములు పొడఁగాంచి చింతనొంద
ద్యుమణిసుతుఁ గాంచి సప్తతాళములఁ గూల్చి
వాలిఁ గూల్చి సుగ్రీవు భూపాలుఁ జేసి
భూమిసుతజాడ వినఁగోరె రామభద్రు. 19

శా. సుగ్రీవాజ్ఞ వనేచరుల్ వెదకి రాక్షోణీసుతార్థంబు స
ర్వగ్రామంబు లరణ్యముల్ గిరిగుహాప్రాంతంబులున్ వారిలో
జాగ్రన్మంగళవిగ్రహుండు హనుమజ్జంఘాలుఁ డబ్ధిం ద్రు న
త్యుగ్రం బౌదు నతిక్రమించి కనె దైత్యోదగ్రలంకాపురిన్. 20

ఉ. నెమ్మది రామ రామ యని నెవ్వగ నొందెడి సీత కెంతయు
న్నమ్మిక మొప్పఁ బల్కి రఘునాథునిముద్రిక నిచ్చి మ్రొక్కి ర
త్నమ్ముఁ బరిగ్రహించి వరదానవనాథుని గాంచి లంక జెం
దు మ్మొనరించి దాశరథిలోఁ బవమానసుతుండు తెల్పినన్. 21

మ. రవిపుత్రాదులు గొల్వ రాఘవుఁడు సంగ్రామార్థమై వచ్చి యు
న్నవిధం బెంచి విభీషణుండు శరణన్నన్ వాయుసూనుండు కా
వలె నా నైకొని వానరప్రభుల చేవన్ వార్ధిఁ గట్టించి దా
నవలంకాపురిఁ జొచ్చి సంధి నడిపెన్ న్యాయంబు దీపింపఁగన్.

ఉ. రాక్షసవర్యు లట్టితఱి రాఘవవీరులఁ దాఁకి యాజగ
ద్రక్షకు లేయునాశుగపరంపరచే హతులైరి వానరు
ల్లక్షలుఁ గోటు లైరి బ్రబలి లగ్గల కెక్కిరి కుంభకర్ణధూ
మ్రాక్షనికుంభ ముఖ్యులు సమగ్రబలంబులతోడఁ ద్రెళ్ళినన్. 23

ఉ. ఇంద్రజిదాదివీరుల నహీనబలాఢ్యుల లక్ష్మణుండు ని
స్తంద్రయశుండు కూల్చుటయు దారుణరోష విషాదవేదనా
సాంద్రవిభూతి రావణుఁడు సంగరరంగము నందు నిల్చె దే
వేంద్రవిమాన మెక్కి మనుజేశ్వరుఁ డత్తఱిఁ బోరె వీరుఁడై. 24

చ. నెఱవఁగ బాహువుల్ తలలు వ్రిస్సి శరమ్ములు సాగ సారెకు
న్నరకుచుఁ గ్రమ్మరన్ మొలచిన న్వెగ డొంది విభీషణోక్తిచే

ర్తైఱిఁగి పితామహాస్త్రము మహీతనయాధిపుఁ డేసె సుగ్రీతన్
నెఱసులు గాఁడి పాఱ నవనిం బడె రావణుఁ డద్రిపోలికన్. 25

మ. జయరామప్రభుఁ డవ్విభీషణుని రాజ్యప్రాప్తుఁ గావించి ని
ర్దయ చూప న్నిఖిఁ జంద్రుఁగా నెఱపె సీతాకాంత ముల్లోకము
ప్రియముం జెందఁ గుబేరపుష్పకము రీవి న్దేవితో నెక్కె స
ద్భయభక్తు ల్గలదానవు ల్గపులుఁ గొల్వ న్లక్ష్మణోపేతుఁడై. 26

సీ. రావణవైరి భారద్వాజు విం దొందె
హనుమ నందిగ్రామ మనుగమించెఁ
బురము శృంగారింప భరతుఁ డుత్తరువిచ్చె
శత్రుఘ్నుఁ డలరుచు సంఘటించెఁ
బౌరబాంధవులు భూపాలుఁ దోడ్తెచ్చిరి
తల్లులు దీవించి ధన్యలైరి
సీతఁ గౌఁగిటఁ జేర్చి చెల్లెండ్రు చెలఁగిరి
పట్టణోత్సవ మంతఁ బ్రబలమయ్యె
జాంబవన్ముఖానీత గంగాంబువులను
గొని వసిష్ఠాదు లభిషేకమును రచింప
ధర్మపత్నీసమేతుఁడై తమ్ము లలర
రామభద్రుండు పట్టాభిరాముఁ డయ్యె. 27

శ్రీసత్కథామఞ్జరి

అంబరీషచరిత్రము.

క. శ్రీవనితాపతిభక్తిన్
శ్రీవిలసితుఁ డగుచు నంబరీషుఁడు ధరి
త్రీవలయ మేలుచుండె ద
శావర్ణిత కీర్తిచంద్ర సదృశుండగుచున్. 1

సీ. నాభాగతనయుండు నయశాస్త్రమునఁ దండ్రి
తల మీఱె నను పెంపుకలిమిఁ గాంచి
పతి దైవముగఁ గొల్చుపరమ పతివ్రతా
మణి ధర్మపత్నిఁ యాన్గణనఁ గాంచి
త్రేతాగ్నులను బోలెఁ దేజరిల్లెడి సుత
త్రితయంబు కల దంచు నుతులు గాంచి
యర్బుదషట్క మైయలమ గోధన మిచ్చి
సవనదీక్షల ద్విజస్తవముఁ గాంచి
సార్వభౌమాగ్రగణ్యప్రశస్తిఁ గాంచి
రాజయోగివరేణ్యుఁ డై పూజఁ గాంచి
చిత్త మొక్కటిగా శౌరిచింతఁ గాంచి
రక్తితో నంబరీషుండు భక్తిగాంచె. 2

ర్మానుష్ఠానము నకు
ర్మలకీర్తి కెని యోగనిష్ఠాదులకున్
ర్మాంబరుఁ డౌద మెచ్చుచు
ర్మిలిఁ జక్రాయుధంబు నతనికి నొసఁగెన్. 3

ంతుకము మీఱ ఏఁడు మఱికొన్ని దినంబులు పోవ సన్ముని
్రతతి ననుజ్ఞ వేఁడి కులభామ సపర్య లొనర్చి కొల్వఁగా
తులితభక్తితో సురగణార్చిత మై తగునట్టి ద్వాదశీ
రత మొనరింపఁ గోరుటయు వచ్చెను గార్తికశుక్లపక్షమున్. 4

నాఁడు శ్రీకృష్ణుఁ డిచ్ఛానుసారియై
పాలకడలి నిద్ర మేలుకాంచు
నాఁడు లోకంబు తేలుతలంపుతో
శ్రీలక్ష్మీపతి గొల్చి లీల వచ్చు
నాఁడు బృందావనేందిరామణి హర్ష
పూరితచిత్తయై పేరుఁ గాంచు
నాఁడు బ్రహ్మాదు లెల్లరు భూలోక
గతుఁ డైనహరిని సంస్తుతు లొనర్తు
ట్టి కార్తికైకాదశి నాదియామ
ందుఁ బత్నియుతుండు కాళిందిఁ గ్రుంకి
ఘవనంబున ఉండు రమాధవునకుఁ
నెను మహాభిషేకంబు వాసి మీఱ. 5

ంకల్పించెను ద్వాదశీవ్రతము విష్వక్సేను నర్చించి ని
ంగళ బ్రాహ్మణపూజయుం జరిపి హర్షస్వాంతుఁ డేకాదశిం

క. ధర్మానుష్ఠానమునకు
నిర్మలకీర్తికిని యోగనిష్ఠాదులకున్
భర్మాంబరుఁ డెద మెచ్చుచు
నర్మిలిఁ జక్రాయుధంబు నతనికి నొసఁగెన్. 3

వ. కుతుకము మీఱ నేఁడు మఱికొన్నిదినంబులు పోవ నమ్ముని
ప్రతతి ననుజ్ఞ వేఁడి కులభామ సపర్య లొనర్చి కొల్వఁగా
నతులితభక్తితో సురగణార్చిత మైతగునట్టి ద్వాదశీ
వ్రత మొనరింపఁ గోరుటయు వచ్చెను గార్తికశుక్లపక్షమున్. 4

సీ. ఏనాఁడు శ్రీకృష్ణుఁ డిచ్ఛానుసారియై
పాలికడలి నిద్ర మేలుకాంచు
నేనాఁడు లోకంబు లేలుతలంపుతో
శ్రీలక్ష్మిపతి గొల్చి లీల వచ్చు
నేనాఁడు బృందావనేందిరామణి హర్ష
పూరితచిత్తయై పేరుఁ గాంచు
నేనాఁడు బ్రహ్మాదు లెల్లరు భూలోక
గతుఁలైనహరిని సంస్తుతు లొనర్తు
రట్టి కార్తికైకాదశి నాదియామ
మందుఁ బత్నియుతుండు కాళిందిఁ గ్రుంకి
మధువనంబున నేఁడు రమాధవునకుఁ
జేసెను మహాభిషేకంబు వాసి మీఱ. 5

°. సంకల్పించెను ద్వాదశీవ్రతము విష్వక్సేను నర్చించి ని
శ్శంకన్ బ్రాహ్మణపూజయుం జలిపి హర్షస్వాంతుఁ డేకాదశిం

బంకేజోదరుఁ గూర్చి జాగరణము న్సల్పి న్సమర్పించె న
య్యోంకారాత్మకుఁ దత్త్వవేది యగునయ్యుర్వీశుఁ డుత్సాంగముల్
శా. క్షీరాన్నంబును జున్ను మేల్మి ఫలము ల్సిత్రాన్నము న్పిష్ట పా
ల్పూరీ ల్పూరణభక్ష్యముల్ ఘృతనదు ల్పొంగారు శాల్యన్నము
న్నీరంబు ల్మఱునాఁటి యుపకడఁ జేర్మి న్విప్రసంతర్పణం
దోరం బై కనుపట్ట ద్వాదశిని సంతోషంబు దీపింపఁగన్. 7
శా. ఉర్వీజానియుఁ బారణం జలుపఁగా నుద్యుక్తుఁడై యున్నచో
దుర్వాసుండు భుజింప వత్తు నని లోఁద్రో సేగె స్నానంబుకై
యుర్వీదేవునిరాకఁ గోరుచు నృపుం డుండె న్సమౌత్కంఠ్యుఁడై
సర్వంబు న్జనజొచ్చె ద్వాదశి మనస్సంకోచ ముచ్చెన్నృపున్. 8
శా. ఓహో, పండితులార! శాస్త్రనియమం బూహింపుఁడీ ద్వాదశీ
న్సాహాటం బగుపారణావిధికి విప్రస్వామి కోపించి నన్
ద్రోహీ యంచు శపించు మానిన వ్రతద్రోహం బగున్ ధర్మసం
దేహంబు న్విడఁదీసి తెల్పుఁడని ధాత్రీభర్త ప్రార్థించినన్. 9
క. అప్పుడు విద్వన్నికరము
చెప్పెను శ్రీపాదతీర్థసేవను దోసం
బుప్పతిల దనుచు నృపుఁడా
చొప్పు న్భజియించెఁ దాసనుండు న్వచ్చెన్. 10
అతిథిని గాంచి లేచి వినయంబున మ్రొక్కుచు నంబరీషుఁ డా
హుతవహునట్లు మండిపడి హుంకృతితోఁ గను లెఱ్ఱఁజేసి నీ
వ్రత మన నెంత న న్విలిచి వంచన నెంగిలికూడు మెక్కె దే
హంత మొనరింతు నిన్నని దురాగ్రహుఁడై ముని భీకరాకృతిన్. 11

శా. కాలాహిప్రభ లీను పెంజడ దిశ ల్గంపింప దోశ్శక్తితో
నేల న్గొట్టిన నార్పుపెల్లు లొదవ న్నింగి న్విడంబించుచు
న్జ్వాలోగ్రాయుధహస్త కృత్య యెదురై జృంభద్గతిం దాఁకె ఖ
ర్వాలానంబునఁ గట్టువడ్డగజ మయ్యో నేఁడు శాంతాత్ముఁడై. 12

మ. హరియాజ్ఞ న్వరచక్రరాజము మహాహంకారకృత్య న్వెసం
దఱిగె న్రూపముఁ జక్కుచేసి మఱియు న్దగ్ధంబుఁ గావించెఁ దృ
ప్తి రవంతేనియు లేక యమ్మునివరు న్వేధింపఁగా నెంచుచు
న్నలుమాడ న్జ్వాల రేఁగి వెంటఁ బడిన న్నొచ్చె న్మునీంద్రుఁ డెదన్.

శా. సక్రోధోన్నత వహ్నికీల లెగయ న్సర్వంకష ప్రజ్ఞలోఁ
జక్రం బప్పు డనేకచిత్రగతుల న్సంచారముం జేయుచు
న్వక్రోక్తు ల్గలమౌనిపుంగవుని గర్వం బొల్లఁబోవ న్నిశా
చక్రం బెల్ల వడంకఁ జేసె సుర లాశ్చర్యంబునం జూడఁగన్. 14

మ. కలఁగం బాఱును దాఱు ఱిచ్చవడు మై కంపింప వెన్వెన్కకై
నిలుచుం బోరఁ దలఁచు నొంచు ననుచు న్నిర్భిన్నచిత్తంబులోఁ
దల వంకించును దాళఁజాల నను నాతప్పేమి రక్షింప నీ
యిలపై నెవ్వరు లేరె యంచు ముని పెల్లేడ్చె న్దెస ల్జూచుచున్.

క. ఈతాపము సైరింపఁగ
నేతీరున నేర్తు నంచు నిలఁ గాలూన
న్భీతిఁ గొని డాఁగఁ జనె ముని
పాతాళంబునకు వెంటఁ బడెఁ జక్రంబున్. 16

ఉ. వెనుకం జూచి దిగుల్గడలొత్తఁగ విన్వీధి న్వెస న్బాఱి య
మ్ముని దేవేశ్వర కావవే యనినఁ జేమోడ్పు న్సమర్పించి నే

ననఁగా నెంత సుదర్శనంబునకు మా తోడ న్సమర్థుండ నే
యనిన న్బ్రహ్మపురంబుఁ జేరఁ జని నెయ్యం బొప్పఁగా ని ట్లనున్.

మ. అనలార్చు ల్వెదచల్లెఁ జక్ర మకటా యబ్జోద్భవా సత్కృపన్
మనుపం జిత్తములోఁ దలంపఁగదవే మన్నింప రావే యన
న్ననుఁ బుట్టించినవానిమాటఁ గడన న్నాచేతఁ గా దంచుఁ బ
లికినఁ గైలాసనగంబుఁ జేరి ముని భక్తిం గాంచె సర్వేశ్వరున్. 18

శా. సర్పంబు న్గరుఁడుండు వోలె నను నీచక్రంబు గారించుచుం
గార్పణ్యంబున వచ్చుచున్న యద సత్కారుణ్యరత్నాకరా
యూర్పైన న్విడనీక మంట లిడె నయ్యో ప్రాణము న్నిల్పరా
కర్పూరాధిక కీర్తి భాస్వర ! యన న్గంజోదరాప్తుం డనున్. 19

శా. ఈచక్రంబు త్రిశూల మేనును రమాధీశుండు శక్తిద్వయి
న్భూచక్రావనతత్పరత్వమున సంభూతంబులం జేయఁగా
వీచీలాస్యజలోరుదేశమున నవ్విష్ణ్వాయుధం బత్తఱి
న్నాచేఁ జిక్కె మదాయుధంబు చనిరో నారాయణుం జేరఁగన్.

క. విను మచ్ఛక్తి జనించియు,
జనార్దనాధీన మగుటఁ జక్రము శాంతిం
గాన దుర్వాసుండని గొ
ల్వ నేగు మనె శూలి ముని కలంగుచుఁ జనియెన్. 21

ఉ. కని తత్పాదతలంబున న్బడి జగత్కల్యాణ సంపత్కరా
మును నీభక్తుని దూఱి దానికి ఫలమ్మం గంటి నే నయ్యయో
తను వెల్ల న్వడఁకంగఁ జొచ్చె నకటా తాపంబు నొందించె నీ
ఘనచక్రాగ్ని మరల్పవే యనిన భక్తశ్రీకరుం డిట్లనున్. 22

ఉ. పుత్రయుతుండు బంధు జనపూజ్యుఁడు బ్రాహ్మణభక్తుఁ డుత్తమ
క్షత్రియుఁ డార్యసమ్మతుఁడు శాత్రవకుంజర సింహమూర్తి తా
పత్రియమారుఁ డాదిజనపాలచరిత్రుఁడు తత్త్వవేది స
త్యవ్రతుఁడు సత్కళత్రుఁడు నపాత్రుఁడె నీకు వధింప నర్హుఁడే? 23

క. బ్రతుకు వలతేని సత్వ
స్థితిం బ్రబలు నంబరీషు శ్రీసత్కరుణ
న్నతిఁజేయ నేగు మనె హరి
యత్రండుఁ జనుదెంచి దీనుఁడై భూస్థలికిన్. 24

మ. అనలజ్వాలలతో వడిం దఱునుబంతై వచ్చుచక్రంబుతోఁ
జెనుబాము ల్వాడ శోషి లుప్ప తిలఁ బ్రస్వేదాంకుర శ్రేణితో
ననయంబు స్టుదలేని త్రిప్పటను వ్రయ్యాల్వారు నెమ్మేనుతో
ముని మ్రొక్క న్నని యంబరీషుఁడు కరంబు ల్మోడ్చి సద్భక్తుఁడై.

చ. హరిని భజింతు నేని యనృతాదరణంబు నెఱుంగనేని భూ
సురులను గొల్తు నేని మధుసూదనచక్రము విప్రరక్షకై
కరుణ వహించుఁగాక యనెఁ గ్రక్కున శాంతిఁ గనె న్సుదర్శనం
బరుదుగ నంబరీషుఁ గొనియాడె మునీంద్రుఁడు హర్షచిత్తుఁడై. 26

క. కార్తిక శుక్లద్వాదశి
మూర్తీభావంబు నొందెఁ బూర్ణవ్రతుఁడై
కీర్తిఘని యతిథిపూజ
న్వర్తించి భుజించి విష్ణుభక్తిఁ జెలంగెన్. 27

శ్రీ సత్కథామఞ్జరి

గజేంద్ర చరిత్రము.

క. శ్రీనారాయణ భక్తి
ధ్యానపరావశాత్ముఁ డైనద్రవిడేశ్వరునిన్
గానఁ జని యగస్త్యుఁడు స
న్మాన మొనర్పమికిఁ గనలి మత్సరమతి యై. 1

శా. ఔరా రాజ్యమదాంధకారగరిమం బత్యద్భుతం బయ్యె ని
ద్రారాజన్ముఖు నల్లు మ మ్మెఱుఁగ వింద్రద్యుమ్నభూపాల ఘో
రారణ్యోర్వ విహారమత్తగజ దేహప్రాప్తిచే విప్రవా
క్సారంబుం జవి గాంతుగా కని యథేచ్ఛన్మౌని పోయె న్వెసన్.

ఉ. కన్నులు విప్పి నల్దెసలుఁ గన్గొని సంయమి కన్మొఱంగ నం
చన్నర నాథమౌళి వినయంబు భయంబుఁ గొనంగొనంగ ము
న్నిన్నతెఱంగున న్సుభటవీరులతో నృపకోటితోఁ ద్రికూ
టోన్నతపర్వతాగ్రముల నుత్తమజాతిగజప్రసూతుఁ డై. 3

సీ. నును పైనముద్దుమేను నాయారముగఁ దాల్చి
పుడమిపైఁ గాల్మోపి నడువ నేర్చె
లేఁతతుండము చాఁచి తేఁగొమ్మ లాకకొన్ని
విఱిచి నములునట్టివెరవు నేర్చె

సుష్టి మావులక్రింద గున్న యేనుఁగులతోఁ
గ్రొత్త యాటల నాడుకొనఁగ నేర్చెఁ
కొలఁకుల నీ రెల్లఁ గలఁకలు గావించి
తమ్మితూండ్లు పెకల్చుతలఁపు నేర్చెఁ
కొండలకుఁ బ్రాఁకి తిరుగాడుకోర్కె నేర్చె
జంతువులఁ జీల్చి చెండాడుసరణి నేర్చె
మ్రాఁకు లెల్లను జెలరేఁగి మట్ట నేర్చె
సొగసులకు మిన్న యాముటేనుఁగులగున్న. 4

మోదార్హం బగుబాల్య మిట్లు జరుగన్ భోగార్హమౌ యౌవన
ప్రాదుర్భావము నొంది హస్తిచయ సామ్రాజ్యాభిషేకోత్సవం
బాదిక్కేశగజేంద్రులన్ గెలిచి ప్రఖ్యాతి న్గజేంద్రాఖ్య సం
పాదించె న్విహరించె నక్కరి జలప్రాంతోరు కాంతారముల్. 5

వశకోటిద్వీపసేవ్యుఁ డౌచును గజేంద్రస్వామి భూమీధ్రతా
వృత స్థైర్యుం డలబంభరాతిథిగణప్రీత్యర్థదానాంబుసి
క్తతటీరోరు సుగంధలిప్తనవ శృంగారాఢ్య దిగ్భామినీ
విశదప్రాభవ మొప్ప స్వారి వెడలెన్ భీమాటవీ సీమలన్. 6

వెక్కసమైనచీఁకటులవెల్లిఁ గనుంగొనుఁ డంచుఁ గావుకా
వక్కటు కొండ లెల్ల గుమియై నివసించెను జూడుఁ డంచుఁ గా
వెక్కడ మేఘమాలిక లహీనగతి న్భువిఁ బ్రాఁకె నంచుఁ గా
వక్కరియూధ మంచును సురావళి కాంచుఁ గ్రమక్రమంబుగన్. 7

వీరాకారముఁ దాల్చి మత్తగజము ల్వీథీవీథి నీక్షించి ఘీం
కారంబు లుచ్చరించునప్పుడు భయాక్రాంతంబులై గహ్వర

గుజ్జుమావులక్రింద గున్నయేనుఁగులతోఁ
గ్రొత్త యాటల నాడుకొనఁగ నేర్చెఁ
గొలఁకుల నీ రెల్లఁ గలఁకలు గావించి
తమ్మితూండ్లు పెకల్చు తలఁపు నేర్చెఁ
గొండలకుఁ జాఁకి తిరుగాడుకోర్కె నేర్చె
జంతువులఁ జీల్చి చెండాడుసరణి నేర్చె
మ్రాకు లెల్లను జెలరేఁగి మట్ట నేర్చె
సొగసులకు మిన్న యాముటేనుఁగులగున్న. ౪

శా. మోదార్హం బగుబాల్య మిట్లు జరుగన్ భోగార్హమౌ యౌవన
ప్రాదుర్భావము నొంది హస్తిచయ సామ్రాజ్యాభిషేకోత్సవం
బై దిగ్దేశగజేంద్రులన్ గెలిచి ప్రఖ్యాతి న్గజేంద్రాఖ్య సం
పాదించె న్విహరించె నక్కరి జలప్రాంతోరు కాంతారముల్. ౫

మ. దశకోటిద్విపసేవ్యుఁ డౌచును గజేంద్రస్వామి భూమీధ్రతా
దృఢధైర్యుం డలబంభరాతిథిగణప్రీత్యర్థదానాంబుసి
క్తశరీరోరుసుగంధలిప్తనవశృంగారాఢ్య దిగ్భామినీ
విశదప్రాభవ మొప్ప స్వైరి వెడలెన్ భీమాటవీ సీమలన్. ౬

ఉ. వెక్కసమైనచీఁకటుల వెల్లిఁ గనుంగొనుఁ డంచుఁ గావుకా
వక్కట కొండ లెల్ల గుమి యై నివసించెను జూడుఁ డంచుఁ గా
వెక్కడి మేఘమాలిక లహీనగతి న్భువిఁ బ్రాఁకె నంచుఁ గా
వక్కరియూథ మంచును సురావళి కాంచుఁ గ్రమక్రమంబుగన్. 7

శా. వీరాకారముఁ దాల్చి మత్తగజము ల్విస్వీథి నీక్షించి ఘీం
కారంబు ల్పచరించునప్పుడు భయక్రాంతంబులై గహ్వర

ద్వారవ్రాతము లోకఁ బెట్ట మొరయ న్వారాహశార్దూలజి
ద్భేరుండోరగ సింహ రాజచమరీబృందంబు బిట్టులెక్కఁడుఁగన్. 8

క. వనఖేల నావివశతన్
వనేభసామ్రాట్టు త్రోవఁ బాసి పిపాస
న్వనగజములతో సరసీ
వనంబునకు వెడలెఁ బుడమి వడఁక న్గడఁకన్. 9

చ. కనె గజరాజు నవ్యశుభ కాంచన పద్మసుగంధ గౌరవం
బును మధుప ప్రమోదపరిపూరిత గాన విలాసమేదురం
బును గలహంసికానికర భాసిత నాట్యకలాపబంధురం
బును హృదయప్రియంబు ననయంబు నొసంగుసరోవరం బటన్

ఉ. పెన్నిధిఁ గన్న పేదవలెఁ బ్రీతి సరస్సున నీఁదులాడుచు
న్మన్నన నీరుఁ గ్రోలి కరమండలిఁ బీలిచి చల్లులాడుచుం
గొన్నిసరోజనాళము లకుంఠితలీలఁ బెకల్చి మెచుచుం
జెన్నలరార నాడె నలసింధురరాజు కరేణుపఙ్క్తిలోన్. 11

శా. నీరం బెల్లఁ గలంచుట న్సరసిలో నిద్రించునక్రంబు దు
ర్వారక్రోధవిఘూర్ణమాన యగుచు న్వాలంబు నల్లార్చుచుం
గ్రూరోగ్రానలకీల లుప్పతిల దిక్కుల్గంప మొంద న్మహా
ధీరుం డైనకరీంద్రుపూర్వపద మర్థి న్బట్టె దంష్ట్రాళిచేన్. 12

. ఇటు నటుఁ జూచి కొంకక మదేభము గ్రాహముగా నెఱింగి హృ
త్పుట మవియంగ నేయుటయు ముందటిపట్టు నొకింత వీడఁ ద
త్తటమున కీడ్చి నమ్మొసలి దారుణభంగి మరల్చె దిక్కరు
లకటకట నొంద జిచ్చవడఁగా దుర మద్భుత మయ్యె నత్తఱిన్.

క. జలచరవనీవహంబులు
లోలంగక గ్రాహంబు లనికిఁ దొడరినభంగిన్
నిలిచి చలింపక బిరుసై
బలిష్ఠత నెల్గొనె నుగ్రభండన పరతన్. 14

చ. ఘుభఘుభనాద ముప్పరిలఁ గ్రూరవిషార్చులు మింట నంటఁగా
నభమునఁ బక్షులు న్బెదరి నల్గడల న్పరువెత్తు నట్లుగా
నిభములు తల్లడిల్లఁగ నహీనరణోత్సవ ముల్లసిల్లఁ గా
రభస మలర్ప నమ్మొసలి రౌద్రవిలాస మొనర్చె నత్తఱిన్. 15

శా. నిద్వేసం బొనరంగ గోణువులు దుర్ణీతాత్ము ఖండింపఁగా
నుర్వీజప్రతతు ల్పెకల్చి యిడ నత్యుత్సాహి యై హస్తస
ద్గర్వాఖర్వపరాక్రమోగ్రుఁ డగుచున్ గ్రాహంబు నో నేసె న
య్యుర్వీజావళి చూర్ణమై చనెఁ దదీయోగ్రాసివాలోద్ధతిన్. 16

మ. మఱియు న్బోరికి నిప్పుక ల్గురియ సామర్థ్యంబు లుప్పొంగఁ గ్రి
క్కిఱియుం గాటు పొడళ్ళఁ దూల నమరు ల్గీర్తింప నశ్రాంతముల్
దేఱుల్నె వాలకరప్రహారములు చిత్తస్థైర్య మూటాడఁగా
నెటుకు ల్గాఁడఁగ నక్రనాగములు నిర్నిద్ర న్సహస్రాబ్దముల్. 17

చ. సలిలనివాస మౌ మొసలి సత్త్వసమగ్రతఁ గాంచి మించె భూ
స్థలి విహరించు మలప్రబలు సామజరాజము మేఁత లేక బి
ట్టలమట నొంది డెందుపడి హా ననుఁ బ్రోవ సమర్థు లెవ్వరో
బలము చలంబుఁ బ్రాణములుఁ బాయునొకో యనుభీతి నిట్లనున్.

ఉ. అకటా పట్టును వీడ దొల్లదు మదీయాభీలయుద్ధంబుచే
సోకవేళ్ళ న్విసెనో మహాబలితవడిగా నుంకించిపట్టుం గరో

రకరాళావృత దంత ఘట్టనము నోర్వ న్వచ్చునే శ్రీహరి
వికల గ్రాహమదోద్ధతి న్దనుమవే వీక్షించి రక్షింపవే 19

శా. రక్తస్రావముచే బలం బెడలె నుగ్రగ్రాహ దంష్ట్రాళి ని
ర్ముక్తింగాంచు టిఁ కెన్నఁడో యెగయఁజిమ్ము న్జిల్చి చెండాడు నా
శక్తి న్వ మ్మొనరించు నొంచు నకటా సర్వేశ్వరా కావరా
భక్తారాధన తత్పరా శరణు మద్బాధ న్నివారింపరా. 20

మ. చెదరెన్ హృద్గతధైర్యసంపద నశించెం దాల్మి పెన్భీతి చేఁ
బదము ల్తొట్రిలఁ జొచ్చె నంగములు నొవ్వ న్నాగెడున్ దప్పె ని
ట్టొదవు న్బాధల కోర్వఁజాల నిఁక నయ్యో దిక్కు నీవే కదే
గదలోడ న్మొసలి న్వధింపఁ గదవే కావంగదే రాఁగదే. 21

శా. ఈపాపం డిఁక నోర్వఁజాలఁ డని నీకెవ్వారలుం దెల్పరో
కాపాడంగఁ దలంపు లేక యకటా కారుణ్యముం జూపవో
నాపాపంబు ఫలించి నీమనసులోన న్నాటవో నామొఱల్
కోపంబో తలపోయఁజాల నిఁక నయ్యో ప్రాణము ల్నిల్పవే. 22

మ. అదె మ్రోసె న్వరపాంచజన్య మని యత్యాసక్తి నాలించు న
ల్లదె దేవావళి గొల్వ వచ్చె నని దివ్యానందముం జెందు న
ల్లదె పక్షీంద్రవిమానరాజ మని పేరాస న్నిరూపించు న
ల్లదె వీతెంచుచు నుండె విష్ణుఁ డని నెయ్యం బొప్ప వీక్షించు మున్.

అమ్మగ్నం బెటు దిక్కుఁ గానక మొఱో యంచు న్విలాపించు నా
దమ్మన్ శ్రీహరి యాలకించి దృఢచిత్తం బుత్తలం బొందఁ జ
క్ర మ్మేనిం గొనువేళ లేక తనప్రక్కన్ లక్ష్మి నూతోన్నత్తరీ
యమ్ము న్వీడక యేగుచుండె సతి చేలాకర్షణం దోడరాన్. 24

చ. హరి యిటు లేగుచుండుటయు నద్భుత మొందుచు దేవతాళి త
త్పరికరము ల్వెస న్గొనుచు భక్తిమెయిం జనుదేర దుఃఖని
ర్భరహృదయంబు గల్గ నలభద్రగజంబును బ్రోవ నెంచి ని
ష్ఠురతర ఘోరనక్రముకఠోరత మాన్ప సరస్తటి న్గనెన్. 25

ఉ. భీకరమైన చక్రము గుభిల్లున నీరము సొచ్చి గ్రాహము
న్వీఁక నవల్చి తచ్చిరము వ్రేటుగొనె న్జయశంఖ మొత్తి ల
క్ష్మీకుఁ డగ్గజేంద్రుని స్పృశించుట నెప్పటిభాతి నొందె దే
వా కరుణానిధీ యనుచు భక్తి నుతించెను బంధముక్తుఁడై. 26

శా. గ్రాహం బప్పటి మేను వీడి నిజశృంగారంబుతో భక్తితో
హూహూనామకుఁడై హరి న్బొగడుచో నుప్పొంగి దేవౌఘ మో
హోహో దేవలశాపమోక్షణమె నా నొప్పె న్మహావిష్ణువు
న్మాయాప్రాభవ మిటు చూపి కన్మొఱఁగె బ్రహ్మానందసంధాయియై. 27

శ్రీసత్కథామఞ్జరి.

మార్కండేయ చరిత్ర.

క. శ్రీశంకరు నదిరిపుసూ
రేశనుతు న్వారణాశి నేగి మృకండుం
డాశించి కొలువఁ బ్రీతుం
డై శంభుం డేగుదెంచి యమ్ముని కనియెన్. 1

మ. ముద మొప్పం జిరజీవి మూర్ఖతముఁ డౌపుత్త్రుం గనం గోరెదో
పది యాఱేండ్లతనూజు సర్వసుగుణప్రఖ్యాతు వాంఛించెదో
యిది నీయిష్ట మన న్మృకండుముని సర్వేశు న్గుణాపూర్ణుఁ డౌ
పది యాఱేండ్లకుమారుఁ గోరికొని సద్భక్తిం జనె న్వీటికిన్. 2

గీ. గర్భవతి యాయె మరుద్వతీకాంత మంచి
లగ్నమునఁ బుత్త్రకుని గాంచె లక్షణాఢ్యు
వ్యాసఋషి నామకరణంబుఁ జేసె మౌను
లెలమి మీఱ మార్కండేయుఁ డితఁ డనఁగ. 3

ఉ. నారదుఁ డేగుదెంచిన మనం బలర న్మునిపుత్త్రుఁ జూపఁ బె
న్గారవ మొప్ప నెత్తికొని కాంచి చిరాయు రుపేత రూప రే
ఖారమణీయుఁ డౌటను మృకండున కత్తఱిఁ దెల్లఁ జెప్పి గో
రీగమణాజ్ఞ యుం దలఁచి ప్రీతిఁ జనె న్మునిపూజ లందుచున్. 4

అన్నప్రాశనచౌలము
లున్నతి నొనరించి పిదప నుపనయనాదుల్
మన్నన విద్యాభ్యాసము
గన్నకుమారునకు నమ్మృకండుఁ డొనర్చెన్. 5

వేదవిదు ల్మహాత్ములు వివేకధను ల్చనుదెంచువేళఁ ద
త్పాదయుగప్రణామమును భక్తి నొనర్పఁగఁ బంచెఁ బుత్రకున్
సాదరులౌచు దీవన లొసంగుచు నేగద రెల్ల రట్టిచో
నారదమౌనిసప్తకము నచ్చటికిం జనుదెంచె నర్మిలిన్. 6

అమ్మౌనీంద్రుఁడు భక్తిపూర్వకముగా నర్చించె వారి న్సుతుం
డమ్మె మ్రొక్కెను మౌను లాఱ్వురను దీర్ఘాయుష్యమస్తంచుఁ బ్రే
మమ్ముం జూప వశిష్ఠుఁ డర్చఁ గొనమిం బ్రశ్నార్థుఁ డై శూలివా
క్యమ్మాశీస్సునకు న్విరోధమని నెయ్యా మ్మొప్ప వాక్రుచ్చినన్. 7

ఆకారణం బెఱుంగుట
నాకశ్యపముఖ్యు లప్పు డన్యోన్యముఖా
లోకనములతో ననృతపు
వాకులు పలికితి మటంచు వాంచిరి శిరముల్ 8

అత్తెఱఁగెల్ల గాంచుచు రయంబునఁ బల్కె వశిష్ఠమౌని యా
రిత్తవిచార మేటికి విరించికిఁ దెల్పుద మంచు మౌను ల
య్యుత్తమబాలకున్ సరసిజోద్భవుసత్సభ మ్రొక్కనంపఁ దాఁ
జిత్త మెలర్ప నిచ్చెఁ జిరజీవివి కమ్మని బ్రహ్మ దీవనన్. 9

కని బ్రహ్మణ్యులు కశ్యపాదులు శిరఃకంబంబు గావింప స
ద్వినయప్రాంజలిరై వశిష్ఠముని యావిప్రాత్మజున్ షోడశా

ష్టనివిష్టాయువుఁ జేసె శూలి యిడె దేవజ్యేష్ఠ దీర్ఘాయుర
స్థని నారార్వురు మౌను లీవు నన నయ్యబ్జోద్భవుం డిట్లనున్. 10

ఉ. తప్పునె బ్రహ్మవాక్యము యథార్థ మటంచును బల్కు వేదముల్
దప్పునె యాదమౌనివిదితం బగుసూనృతవాక్యగౌరవం
బిప్పుడు జీవకోటి సృజియించుతఅంపునఁ జేసి శూలికిం
దప్పఘటించినాఁడ నని తత్పదయుగ్మము నాశ్రయించెదన్. 11

క. అని మార్కండేయకుమా
రుని గౌఁగిటఁ జేర్చి శంకరుం బ్రార్థింపం
జను మని మూర్ధాఘ్రాణం
బొనరిచి విధి యంపెఁ దండ్రి యున్నెడ కతనిన్. 12

మ. జనకుం గన్గొని భక్తియుక్తుఁ డయి సాష్టాంగంబు గా మ్రొక్క వం
దనయుం గౌగిటఁ జేర్చి ముద్దుఁగొను మూర్ధాఘ్రాణముల్ జేయు నేఁ
మనుచున్ దీవన లిత్తురా యనును విద్యాసాగరుం డైతివే
యను నానోములపంట రావె యను నత్యంతార్తి మౌనీంద్రుఁడున్.

శా. లోకస్తుత్యులు మీరె ధైర్య మెడలన్ లోలాత్ము లౌటే లాకో
శోకవ్యాకులచిత్తలై జనని యిచ్చో నాత్ర యాటే లాకో
నాకుం దెల్పు మటన్న మౌని పలుకుల్ నాపాప మిట్లుండె దం
డ్రీ, కన్నారఁగ నిన్ననుంగొనక యేరీతిం బ్రవర్తింతురా. 14

క. అని తత్కథ వివరించిన
విని మార్కండేయుఁ డాత్మ వెఱువకఁ దండ్రిం
గని చంద్రజూటుఁ గొల్చెద
ననుజ్ఞఁ దయచేయు మనిన నతఁ డిట్లనియెన్. 15

సీ. తండ్రి నీ వుదయించుతఱిని వ్యాసుఁడు వచ్చి
నామకరణ మిచ్చి ప్రేమ జూపెఁ
విదిత సాముద్రికవేత్తలై పూర్ణాయు
వును గాంతు వని దేవముని వచించెఁ
దరువాత యోగవిద్యాపారగులు విప్రు
లెల్లరు దీవించి రుల్ల మలరఁ
మఱియు సప్తర్షిసన్మానితుఁడై పద్మ
జుఁడు నాత్మ నాయువు నిడ దలంచెఁ
విశ్వపుని భక్తి చేయ నీ కిచ్చ పొడమెఁ
గౌతమీతీర్థ మభిమతప్రీతికరము
చేయుము తపంబు నిష్టార్థసిద్ధిఁ గోరి
యనుచు నాఁవు రుమనె మౌని తనయుఁ గాంచి. 16

ఉ. అగ్గలమైన శోకమున నమ్మునిపత్నియుఁ దాను పుత్రకున్
దగ్గఱఁ గౌఁగిలించి యకటా నిను బాసి భరించు టెట్లొకో
యుగ్రగతిన్ సతక్రూరుణ నంది మముం గనవచ్చు టెన్నఁడో
యొగ్గలి నోర్చువారము మహీస్థలి నంచుఁ గలంగి రత్తఱిన్. 17

ఉ. తల్లికిఁ దండ్రికిన్ దగువిధంబున ధైర్యముఁ జెప్పి పుత్రకుం
డెల్లరు మెచ్చ గౌతమికి నేగి జలంబుల నాడి వేడ్కఁ బా
సిల్ల శివప్రతిష్ఠ నటఁ జేసి త్రికాలములందు భక్తిను
త్పుల్లసరోజపత్రములఁ బూజ నొనర్చె నభీష్టసిద్ధికై. 18

క. కాలం బాసన్న మగుట
కైలాసనగంబునకు మృకండుసుతునకై

ఫాలాక్షుఁ గాంచ నేగి కృ
పాలోలుం డైనబ్రహ్మ ప్రస్తుతిజేసెన్. 19

ఉ. దానికి మెచ్చి యీశ్వరుఁడు తామరచూలికి ధైర్య మిచ్చి స
న్మానపుదృష్టితో ననిచె మౌనికుమారునిగండమౌటచేఁ
దానె చనెన్ యముండు నుచితస్థితిమీఱఁ బ్రభాతపూజలన్
భూనుతనిశ్చలత్వమునఁ బొల్చెఁ గుమారుఁడు భక్తియుక్తుఁడై. 20

మ. కని ధర్మప్రభుఁ డవ్వికారరహితుం గాలంబు నాసన్న మ
య్యెను రమ్మంచును బిల్వ నర్భకుఁడు సర్వేశార్చనాబుద్ధిలో
విన నట్లూరక యుండెగాలుఁ డను నోవిప్రాత్మజా పూజ చా
లును రారమ్మనె బాలుఁ డీశ్వర'దయాళూ!!యంచుఁ బ్రార్థింపగన్.

చ. పెడచెవిఁ బెట్టి దే పలుకుభీతి జనించెనె కాల మైనచో
గడువఁగ వచ్చునే విధిని గ్రక్కునఁ బట్టెదఁ గాక నిన్నుఁ బో
విడతునె యీశ్వరార్చనము వేగ విసర్జనఁ జేయు మంచుఁ జే
రడలు జనింపఁ జేయుప్రళయాంతకులో మునిపుత్రుఁ డిట్లనున్.

క. ఈచంద్రార్ధమకుటపూ
జాచరణ మొనర్చునన్ను నవమతిఁ బట్టన్
నీచేత నగునె యనుచున్
వాచాగాంభీర్యసరణి వాక్రుచ్చుటయున్. 23

చ. పెటపెట పండ్లు గీటి తనభీకరరూపముఁ బెంచి యష్టది
క్తటములు కంప మొంద ఘనదండము పాశము కై నమర్చి నిం.
దృటి నుపసంహరించెద మదించితె యంచుఁ గరాళవక్త్రుఁ డై
యట నిలువన్ భయం బొదువ నర్భకుఁ డిట్లనివేడె నీశ్వరున్

ఉ. ఓ నగజాకరా! విడువ నోపను ద్వచ్చరణద్వయార్చనన్
[illegible]పాంత హాస్తుఁడు వివేకవిదూరుఁ డదల్పఁ జొచ్చెదన్
[illegible] తేనిదుఃఖముల నందెదరో తలిదండ్రు లీశ్వరా!
[illegible] యంచుఁ బాలకుఁడు చక్కఁగ గాఁగిటఁ జేర్చె శ్రీశివున్.
మ. [illegible] సర్వయుగాంతకుండు ప్రళయోద్దీప్తార్కచండంబునన్
[illegible]ంబునఁ గాలపాశ మిడి నిర్దాక్షిణ్యుఁడై యర్భకున్
[illegible]యుతంబుగా దిగిచినన్ దర్పోజ్జ్వలాకారుఁడై
వక్షస్తాటన మాచరించె శివుఁ డవ్వైవశ్వతుం డిల్లఁగన్. 26
సీ. సురదుందుభులు మ్రోయ సుమములు వర్షింప
నమరలోకస్తుతుల్ తుములమయ్యె
నప్పుడు మార్కండేయుఁ డంజలిబద్ధుఁడై
పరమేశు వినుతించి వరము వేఁడ
సప్తకల్పాయుఃప్రశస్తి శంకరుఁ డిచ్చె
బ్రహ్మర్షిపట్టంబు బ్రహ్మ కతనఁ
మునిసుతుం డాశ్రమంబునఁ దల్లిదండ్రులఁ
గని మ్రొక్కి సంతోషవనధిఁ దేల్చె
గీ. [illegible]యమునుఁ బ్రోచె మృత్యుంజయుండు
[illegible] మార్కండేయమౌనివరుఁడు
[illegible]ఁడు సత్యసంధుండు వేదరతుఁడు
[illegible]వినుత మహర్షిసుశ్లోకుఁ డయ్యె. 27

శ్రీసత్కథామఞ్జరి.

కుచేలచరిత్రము.

క. శ్రీరామకృష్ణసఖుఁ డై
నేరిచె సాందీపు నొద్ద నిఖిలాగమముల్
ధీరుఁడగు కుచేల విప్రుఁ డు
దారుఁడు గుణతుల్యుఁ డిల సుదామఖ్యాతిన్. 1

మ. తన పెట్టఁ గడియింపుమాన్యముల విత్తంబు న్మహామేఘవృం
గని నశ్లాఘించి కుటుంబరక్షణ నొగిస్థాపించుచున్నాఁ డెన్నఁడున్
ధనకాంక్షం బరు వేఁడఁ బోక నిజవిద్యాసంపదన్ బొప్పి స
జ్జను లెల్ల న్వినుతింప సద్గుణగరిష్ఠత్వోన్నతిం జేకొనెన్. 2

శా. ప్రాతఃస్నానము సంధ్యయుం జపము నిర్వర్తించి హృద్వీధి స
ర్వాతీతుం బరమేశ్వరుం బరము సర్వాధారభూతుం జగ
న్నేతన్ శ్రీరమణీమనోరమణు నన్నీలాంబుదాభు గొల్చుచుం
బ్రీతిం ధర్మసతీలలామ గొలువం జొప్పారఁగ నాతం డిలన్. 3

ఉ. ఆత్మజు లస్తిపుత్రధనము న్తనుపల్కు నతిక్రమించి శాం
తాత్మున కిర్వదొక్కరు జనించిరి సముల్లసితాంగులై సర్వజీ
వాత్మకుఁ డైన శౌరికృప నంచితలీలల నొప్పుచుండ ద
ధ్యాత్మవిదుం డతండును బ్రియంబునఁ జూచుచునుండె వారలన్.

ఉ. ముచ్చట బాలకుల్ క్షుధలముందట నాఁకట నల్లలాడుచు
న్వచ్చిన సంతసం బొసఁగ వారికి నన్నము గూరగాయలు

న్బచ్చడు లూరగాయలును భక్ష్యములుం గలమాన్నము న్గడు
న్మచ్చిక మీఱఁ బెట్టి గరిమంబునఁ బెంచెను గొన్నినాళ్లొగిన్. ౫

క. కూనలు పెరిఁగినఁ గుండయుఁ
దానయి పెరుఁగు ననుసామెత నిజం బనగా
నానాఁటఁ బెరుఁగు బాలుర
తోనవ ధాన్యావసరము తోరం బయ్యెన్. 6

మ. నెలకూన ల్పసివాండ్రు వీరి నకటా నే నెట్లు పోషింతునో
చలుదు ల్పెట్టుట కైనఁ జాల దపు డీసంవత్సరగ్రాస మ
న్పలుకు ల్భామిని పల్కఁ బక్కున నగె న్బద్మాక్షభక్తుండు జీ
వులఁ బుట్టించినవాఁడు పూరి నిడునే పొమ్మంచు నూహించుచున్.

ఉ. ఉప్పును బప్పు నిండుకొనె నూరక బాలకు లేడ్తు రంచుఁ దా
నప్పులు చేసి పెట్టె సరి యయ్యెను బియ్యముఁ గూడ నట్టిచో
నెప్పుడు నిల్లె వచ్చు నిక నెన్నఁడు తీర్చు నటంచు సాటివా
రొప్పక యుండి రప్పిడఁగ నుత్తమ రాలగుకుచేలుపత్నికిన్. ౮

శా. అమ్మా పప్పులు దెచ్చిపెట్టు మనువా రాఁకొన్న వా రేడ్చువా
రిమ్మా బొమ్మల నాడుకొందు మనువా రె ట్లేగుచున్నావు మా
తమ్ము న్బాలిడి నిద్రపుచ్చు మని చెంత న్నిల్చువా రెత్తికో
రమ్మా యం చెగఁబ్రాఁకువారు నయి రారామణిం బుత్రికుల్. 9

శా. ఈరీతి న్సతి యోర్పుతోఁ గడపె నయ్యే డన్న ధాన్యాదులుం
జేర న్వచ్చిన నప్పు దీర్చికొని గంజిం గాచి వడ్డించెఁ గ
న్నీ రొల్కన్ సుతులార త్రావుఁ డనుచు న్నిత్యంబు నత్యంతమా
దారిద్ర్యంబున కోర్వ లేక తనసంతానంబు నీక్షించుచున్. 10

సీ. పసిబిడ్డఁ డేడ్వంగఁ బ్రక్కలో నెడబడ్డఁ
డేడ్పించుచుండుఁ బాలిమ్మటంచు
నాఁకొన్నబిడ్డఁ డల్లడల నొక్కం డేడ్చుఁ
బిడికెఁ డన్నముఁ దెచ్చి పెట్టు మనుచు
గంజి ద్రావినబిడ్డ కన్నీ రిడఁగ నొక్కఁ
డడుగును క్షీరాన్న మమ్మ యనుచు
వస్త్రమ్ముల కోకంచు వాపోవ నొక్కండు
పోరుపెట్టఁ దొడంగుఁ బొత్తమనుచు
సకల దైనము నిరుపేద లైనవారి
కమిత సంతాన మిట్టు లీయంగఁ దగునె
నారుఁ బోసినవాఁ డేల నీరుఁ బోయఁ
డనెడు లోకోక్తి నాచెంత ననృత మగునె. 11

మ. అని కన్నీ రిడుధర్మపత్నికి ముదం బౌనట్లు శ్రీకృష్ణునిం
గనిరా నెంచెఁ గుచేలుఁ డప్పు డడుఁగు ల్గాన్క న్సమర్పింపఁ డం
చును జేలంబునఁ గట్టై నామె యతఁ డచ్చో వాని శ్రీద్వారకం
గని తద్రక్షకుల న్నుతించెఁ దనరాకం గృష్ణుతోఁ దెల్పఁగన్.

ఉ. వారలు నవ్వికొంచుఁ జని వారిజనాభ కుచేలవిప్రుఁ డీ
ద్వారక కేగుదెంచె మనద్వారముచెంగట నున్నవాఁడు శృం
గార మొకింత లేదు నుడికారము సొంపుగలాఁడు మీకుముం
గూరిమిమిత్రుఁ డంచు నిటకుం గొనిరా సెల వౌనె నావుడున్. 13

చ. పరమకృపం గుచేలు యదుబాలుఁ డెదుర్కొని కౌఁగలించి కే
లక్కరమునఁ బట్టి క్షేమమె సఖా యనుచు న్విరిపాన్పుపై సుఖా

[illegible] చూరుచుండెఁ దెరవల్గని కొంత తాలంగఁ గన్నులం
[illegible] హర్షబాష్పములతోఁ బులకాంకురము ల్పెలంగఁగన్. 14
మ. [illegible]విం జెందినమేనుతోడ హరి నెంతే సమ్మదం బొప్ప భూ
[illegible]సుంబందు జితేంద్రియవ్రతపరు ల్వాతాంబుపర్ణాశనుల్
[illegible] జాలని దివ్యతేజ మిద సందేహంబు లేదంచు ని
[illegible] తాంచ కుచేలురాకకతము న్సర్వజ్ఞుఁ డూహించుచున్.
ఉ. [illegible] మేనిపై నిపుడు శల్యము లెన్నఁగ నయ్యె వస్త్రము
[illegible]గులం బిగిలి పేలికలై కనుపట్టుచుండె నీ
[illegible] మాదరిద్రతను వ్రేగడుమానధనుండు వేఁడలేఁ
[illegible] నెచ్చెలిం గనినయంతటనుండియు జాలి పుట్టెడున్. 16
గ. [illegible]యైన నేరవు గదయ్యా సఖా యని మేను రాయుచు
న్మ[illegible]నమూట విప్పి కడుముచ్చటగా నటుకు ల్భుజించుచో
[illegible] పవన న్వసరు నట్టి రమారమణీలలామ మా
[illegible] గొత్రిలకుండ నుడిపె న్బతికే ల్తనకేల నాఁపుచున్. 17
ఉ. [illegible] స్వాంతత్రమా యనియె నీర్ష్యను సత్య దవేంద్రపుత్రి శ్రీ
[illegible]కాల వేది కనకాంబరుఁ డట్లు కుచేలుచెంత నా
[illegible] పదార్థముం గొని మహేంద్రవిభూతి నొసంగి మార్గొన
[illegible]గ మోక్ష మిచ్చు ననుభీతిఁ బతి న్మరలించె నేఁడనెన్. 18
మ. [illegible] సిరి నెచ్చెలుల్ ద్విజుని బీఠారోహణుం జేసి త
[illegible] తైలముతోడ నంటి కురుల న్సీకాయతో రుద్ది పు
[illegible] గొని దొమోలలార్చి మృదువస్త్రంబు ల్సమర్పించి క్రొ
[illegible] బెట్టిరే సరోజనేత్రునికడ న్వేంచేపు గావించినన్. 19

క. రావోయి మిత్త్రమా యని
మావనితాభర్త రత్నమయభూషణసం
భావితుఁ గావించుచు బల
దేవునిఁ బిలిపింప నతఁ డతిత్వరితగతిన్. ౨౦

ఉ. వచ్చి సరోజనాభుఁ డిడువందన మందుచు మిత్త్రపుంగవున్
గ్రుచ్చి కవుంగిలించి కనుఁగొంటి సఖా సుదినంబు నేఁ డని
న్మెచ్చులు గొల్పు భక్ష్యములు మేల్మి రసాన్నములు న్భుజింపఁ బె
న్మచ్చుట వీడెము ల్గొనుచు ముచ్చట మిత్త్రులు మాటలాడినన్.

మ. బలదేవుండు వినంగఁ గృష్ణుఁ డలవిప్రాగ్రణిం గాంచి స
త్కులపత్నీమణి సేమమే సుతులు నీకుం గల్గిరే విద్యలం
దెలివిం గాంచిరె బంధు లెల్ల సుఖులే దేశంబు దుర్భిక్షబా
ధలపాల్గాక చెలంగునే తదభివృద్ధిం గాంచునే నీ వనన్. ౨౨

చ. సకలవిదుండ వీవు త్రిదశస్తవనీయుఁడ వీవు లోకనా
యకుఁడవు నీవెఱుంగవె మహాత్మ దయామయ యింకనేమి నా
సుకృతము కాయ కాచి నినుఁ జూచు దినంబునఁ బక్వమయ్యె నాం
డొకటియు నీకుఁ దెల్పఁబని యున్నదె యంచును గుచేలుఁ డాడినన్.

ఉ. వెన్నుఁడు పిన్నన వ్వాలము విప్రుని గన్గొన రాముఁ డిట్లనున్
జిన్నతనంబునం గురుని చెంగట విద్యల నభ్యసించునాఁడు వి
ద్యోన్నత యాటపాటల సదా ముద మందుచు నున్న కొన్ని ని
న్నెన్నఁడు చూతునా యనుచు నెంచెద నంచుఁ బల్కెఁ బ్రీతితోన్.

శా. ఈరీతి న్సఖుఁ డుండె విప్రుఁ డట లక్ష్మీశుండు నిచ్చె దివ్యసౌ
ధారామాదులు వస్త్రభూషణము లబ్ధ్యాధాన్యము ల్ప్రోవుగా

గారంబు ల్వారసేవకు ల్గజతురంగవ్రాతము ల్గల్గి శృం
గారోద్భాసి కుచేలగేహ మని పల్కెం జెన్నుమీఱన్ ధరన్. 25

ఉ. అత్తఱి మిత్రు వీడ్కొలిపి రచ్యుతుఁ డు న్బలభద్రుఁ డు న్సుహృ
త్సత్తములార వత్తు నని సాదరుఁ డై చనుదెంచె వీటికిం
జిత్తము లుల్లసిల్లఁగఁ గుచేలు నెదుర్కొన వచ్చి పుత్రు ల
త్యుత్తమ యైనపత్ని నయనోత్సవముం బచరించి రట్టిచోన్. 26

సీ. ఒకభృత్యుఁ డేతెంచి సకలోపచారము
ల్గావించి మడివల్వఁ గట్ట నిచ్చె
నొకసేవకుఁడు దేవునకు నర్చన మొనర్పఁ
బుష్పగంధాదు లొప్పుగ నమర్చె
నొకపరిచారకుం డొగిఁ బంచభక్ష్యాన్న
మును దెచ్చి తాను వడ్డన యొనర్చె
నొకకింకరుఁడు భక్తియుక్తుఁ డై విరజాజి
వీవన నొప్పుగా విసరఁ జొచ్చె
పుత్రమిత్రకళత్రసంపూర్ణహర్ష
యుక్తుఁ డయి భోజన మొనర్చి యున్నతార్హ
సౌధములఁ గాంచి శ్రీకృష్ణు సంస్తుతించి
ప్రబలె ధరణిఁ గుచేలవిప్రవరుఁడు. 27

శ్రీసత్కథామంజరి.

ప్రహ్లాదచరిత్రము.

శా. శ్రీ లక్ష్మీపతిధ్యానపారగుఁడు మున్ [illegible] పాపాత్ము
త్రైలోక్యప్రళయావహాసురులను [illegible] కాయ లున్మహా
వ్యాళాకల్పులు కశ్యపాత్మజులు దు[illegible] లాత్ము[illegible]
హేళిం జేర్చి రిలన్ హిరణ్యకశిపుం డ[illegible] దాం[illegible]. 1

ఉ. బాహుబలాఢ్యుఁ డయ్యును గర్వంబున బ్రహ్మవరంబు లంది సురా
రాహవభూమి దేవతల నందఱ నోర్చి [illegible]
త్సాహ మెలర్ప భూగ్రహణతత్పరుఁ [illegible]
రాహ మెదిర్చి యద్దనుజు [illegible] నుగ్రుఁ[illegible]. 2

చ. అనుజుని నార్తయు న్హరిపరాక్రమము [illegible]
న్మనమున కోపమూరఁగ [illegible]
ద్దనుజవరేణ్యుఁ డగ్రజుఁ [illegible]
నానరుచు నుండె దేవనికరోగ్రవనంబు [illegible]. 3

ఉ. అట్టితఱి న్మహేంద్రుఁడు భయా[illegible] వి[illegible]
త్పట్టణము న్వెస న్విడిచి పాఱ[illegible]
బట్టపురాణి గర్భవతి పాపభయంబును [illegible]
బట్టి పరాభవింపుచు నభంబున[illegible]. 4

మ. నను రక్షింప సమర్థు రెవ్వ[illegible], [illegible]
తను వెల్ల న్వడఁకంగఁ జొ[illegible]

డ్చెను వజ్రాయుధుఁ డయ్యయో, రిపునిచేఁ, జిక్కించితే, హా, విధీ
యని పెల్లేడ్చెను సాధ్వి; నారదుఁడు డాయన్వచ్చి తా నిట్లనున్.

ఉ. దీన పతివ్రతాతిలకఁ దిక్కును గానక యేడ్చుచుండె ని
మ్మనినిగర్భజాతుఁ డసమానుఁడు వైష్ణవభక్తుఁ డక్కటా!
స్త్రీనిహతి న్సుకీర్తి చెడు; ధీనిధి వయ్యును నింద గాంచెదే?
మానుము మాను మిప్పనిఁ బ్రమాదము సుమ్మిది దేవతాధిపా. 6

చ. అన నతఁ డోమహాత్మ విను మంతటిదుష్టున కుద్భవించు పు
త్రుని దెగటార్పఁ బూనితి హితుం డతఁ డౌట వచించి తీవు మే
లని చనియె న్సతీమణిఁ బ్రియంబునఁ బ్రోవ మునీంద్రుఁ డాశ్రమం
బున నిడి తత్త్వబోధఁ బరిపూర్ణముగా నొనరించి యుంపినన్. 7

ఉ. రాక్షససార్వభౌముఁడు వరంబుల నంది మదించి యాసహ
స్రాక్షముఖామరావళి నిరంతరముం జలపట్టి పోరి త
ద్రక్షితలోకము న్గొని నిరంకుశవృత్తిని యజ్ఞభోక్త యై
దక్షత మీఱ లోకతతి దగ్ధ మొనర్పఁగఁ జాలి భాసిలెన్. 8

ఉ. సేవ లొనర్చుచుం గఠినశిక్షల కుల్కదుఁ దల్లడిల్లుచు
న్నావెత వాయు టెన్నడో రమాపతి ప్రోవఁ దలంచు టెన్నడో,
హా, విధి! యంచు దేవగణ మార్తిని జెంద భవిష్య దర్భకు
శ్రీ వెలయ న్నభస్స్థలి వచించెఁ; దదాస్తనె దేవతాళియున్. 9

క. గర్భస్థుఁ డైననాఁడు పు
నర్భవ రహితంబు లయిన నారదువాక్కుల్
నిర్భీతి స్మరణ చేయుచు
నర్భకుఁ డుదయించె రాక్షసాగ్రణిసుతుఁ డై. 10

శా. ఆలగ్నంబు శుభగ్రహావళి యశుక్రాచార్యుఁ డీక్షించి స
క్ష్మాలోకాంతకుఁ డౌ టెఱుంగుటను సంక్షోభిల్లె నాత్మ న్సురల్
మే లంచు న్మద మంద రట్టితఱిఁ బెక్కిం బుత్త్రభిక్షాదులం
ద్రైలోక్యప్రజ గాంచెఁ బెంచె పిలిచెం బ్రహ్లాద యనుచు న్సుతున్.

ఉ. మువ్వురు తమ్ము లుద్భవిలి ముచ్చటగాఁ బెనుపొంద నగ్రజుం
డవ్వనజోదరుం దలఁచి యాహవునుఁ బాపుడు నుండెఁ దండ్రి వీఁ
డెవ్విధి శౌర్యసారుఁ డగు నీకొలుబు బుద్ధిని గాంచు నందుఁ దా
నెవ్వగ నొంది విద్యలను నేర్ప విధించెను శుక్రపుత్త్రులన్. 12

మ. చదివె న్శాస్త్రము లస్త్రశస్త్రసమితి న్సాధించె వేదత్రయిన్
ముద మొప్పం బఠియించె నయ్యెడ గురు ల్మోదంబుతోఁ జెప్ప ర
య్యది పై న్వేడ్కఁగ నప్పగింపుఁ గడఁ బ్రహ్లాదుండు శ్రీసంపదా
స్పదుఁడై, తజ్జనకుండు విద్యఁ గనునిచ్చం బిల్వ నంపె న్సుతున్.

చ. గురువులు తోడితెచ్చిరి ముకుందునిఁ బాయని యప్పుబాలకుం
గరములఁ గ్రుచ్చి యెత్తి కృపఁ గన్గొని పెంపొడ లందుఁ జేర్చి నే
ర్పరి వనిపించుకొంటె? యొక పద్యము చెప్పుము కన్నతండ్రి నా
హరిమయ మెల్లలోకములు నన్యము లేదన దైత్యుఁ డిట్లనున్. 14

శా. ఏ మేమీ, దనుజారివర్తనలు నీ కేరీతి [illegible] బో
ధామాహాత్మ్యము చూపవచ్చెనె గురు ల్దివ్యంబులో నన్న నో
స్వామీ, మా దెస లేదు నేరము భవద్బాలుండు లోఁ జారఁ జె
ష్టామర్యాదలు చెప్పినార మని [illegible] న్భీతులై. 15

చ. అమరవిరోధియాజ్ఞ గురు లభ్యసనస్థలి సామ దాన భే
దములను బోధ చేయ కులధర్మము [illegible]

విమతులలోఁ బ్రవలంఘను వివేకములో వరవిష్ణుభక్తితోఁ
గ్రమమగు మోక్షమార్గమున గాఢవిరక్తిఁ జెలంగ బాలుఁడున్. 16

సీ. దైత్యారి నెఱబంటుతనము మానని పుత్త్రుఁ
జంపింతు నని కోఁడు తెంపు చేసె
శూలగదాఖడ్గ జృంభత్కరాళితోఁ
గసపడ మూఁగె రాక్షసచయంబు
బఱఁ వ్రేకకొనుచు దిగ్భయఘోంకృతులతోడఁ
బొంగుచు వచ్చె నేనుంగుగుంపు
ప్రళయాగ్నిమాడ్కి [illegible] గ్రొక్కి బుసగొట్టి
వీగుడుఁ జనుదెంచె భోగికులము
విసరె సుడిగాలి [illegible] మంట
[illegible] పొంగ ఘన [illegible] మేను వడకె
వీను [illegible] వ్రేల్వఁ జనిరి
[illegible] శశి [illegible] సోన గురిసె. 17

మ. మఱియు న్మారణకర్మముల్ [illegible] రమ్యాత్మ [illegible]! యెంచు నెం
[illegible] పొట్లిడినఁ జిత్తస్థైర్యుఁడై చొచ్చుడు
[illegible] శ్రీహరిస్మరణతో [illegible] గుమారుం డెద
[illegible] ప్రత్యూహము పుత్త్రు [illegible] నకు న్నిర్భీతికిన్ శాంతికిన్. 18

చ. నృపులు గృహస్థు లౌకథలు నేర్ప విధించెను దైత్యుఁ డగ్గురు
ల్నిపుణత [illegible] విమతనీతులు [illegible] బోధి బాలురం
గృపఁ గని బోధ చేసి హరి [illegible] జేసె బాలుఁ డ
[illegible] దప్పి [illegible] నిల్చిరి శుక్రపుత్త్రకుల్. 19

క. తెజము వెల్లఁగ రాక్షస
రాజు కనలి కటము లదరఁ బ్రహ్లాద సుతా
త్రాఁ జెడనకోరి వనముం
బోఁ జెఱిచినయట్టు కులముఁ, బోలియించెదవే? 20

శా. శౌర్యము, ల్బాహ్యబలంబు, దగ్ధతతులు, న్నస్త్రాస్త్రవంత్సు, ల్త్రినా
రాత్రంబు, ల్వారి దేవయక్షనరతిర్యగ్జాతులు [illegible]తుల్
పుత్రా, బ్రహ్మవరప్రభావమున నన్యోకారింగాఁ జాల రిం
[illegible]గనుగొన్న మత్స్యములు తే రీరేడు లోకంబులన్. 21

చ. వినుమవిరోధ మున్ను పినతండ్రి వధించినపాపి రాముఁడు నే
నని మొనఁ జంపఁ జూచి [illegible]యింపవు దానవా, నుసి[illegible] వి[illegible],
జనకపురోని పె సమాజ[illegible]యము వ మ్మొనరించి వంచివ
[illegible]నపదవి గలంచినఁ గృతఘ్నుఁడ వైన దుర్మతి [illegible]. 22

ఉ. వేదవిదుండు సత్యసుర[illegible]తక్తి వి[illegible]జితుండు [illegible]
[illegible] హాస్యసమ్మతుఁ [illegible] భక్తియాగత
[illegible]
[illegible]. 23

సీ. నేను నీ[illegible] సుజ్ఞానంబు విడనాడ
[illegible] జూడు రాక్షసుని [illegible]
యాభూ[illegible]సం[illegible]బు [illegible]దగ్గ[illegible]నంబు
[illegible]జీవకోటయు [illegible]గంబు
[illegible]
[illegible]

సద్య మాయచే ఋషులు బ్రహ్మాదులు
…నప్రత్యక్షోత్రిఁ గాన నేర
…బ్రహ్మస్వరూపుఁ డౌ హరి ప్రపంచ
…ం దీనదయాగుణంమ నయవిదుండు
నను… … జనుఁ డదెయుండు నద్వితీయుఁ
… … నియాండు ప్రహ్లాదుఁ గని విభుండు. 24
శా. సత్యబ్రాహ్మ పతిఁ …న చో హరి నయస్తంభంబునం జూపు…
… … కతంపు లేనితట్టి ని ష్ఖండించు న న్నలుకలో
… … కపట్రహర మిదె దైత్యుం డాగ్రహాదగ్రు…
… … న్నసింహరూపధరుఁ డై సాక్షాత్కరించె న్వసన్. 25
సీ. బ్రహ్మాండ భాండంబు పగిలించు గర్జార
వంబుచే స్తంభంబు వ్రక్కలయ్యెఁ
… బ్రాలంబు భస్మంబుగావించు
… దాగ్నిచే మిన్ను … మంట
… … భుజ …ల మొనకించు
… కేశాళిచే దిశాచక్ర …
… … ఘంబు … … సం
…ష్ట్రినచేఁ బ్రుష్ణి కంప మొంద
… నదల్చి దైత్యేంద్రు నాఁపసి పట్టి
…ల … జేర్చి నఖ … … గ్రాఘా
… … చీల్చి ప్రేవుల వ్రక్కలించి
… … దార్చె నరసింహుఁ డాగ్రహమున. 26
శా. … … … ముసనాడు … గవిజు ల్వేభంగుల న్వేడనం;
… … అక్షయ్య; భస్మ… నుతింపెనం; బ్రీతుఁడై శాంతుఁడై
… మాయుతుఁడై మహారమణుగాఁ జేయించి ప్రహ్లాదునిన్
… … డ దన్వయు ప్రజలఁ బ్రోచెం జక్రి సంతుష్టుఁడై. 27

శుద్ధపత్రిక.

—:o:—

పఙ్క్తి.	ఉన్నది.	ఉండవలసినది.
6	షు	ష్ణు
17	మూ	మూఁ
2	సు	సుఁ
4	ము	ముఁ
15	నిఁ	ని
22	ర్చి	ఱ్చి
3	య	న
	త్రై	త్రైఁ
4	కృ	గృ
12	ల్గుకూ	ల్గు కూ
14	టం జెందిరి	రంగా నది
20	రఁ గృ	ర కృ
5	బోవు	బోవ
15	ముక	ముఁగ
1	చు	చ
12	కష్ణుృ	కృష్ణు
14	ల్బో	ల్పో
6	చ్చె	చ్చెఁ

10	16	ట్టన	ట్టణ
	17	దెప్ప	దిప్ప
11	15	రిఙ	ఱిఙ
	16	రిఙ	ఱిఙ
12	19	ఫుం	ఫుం
13	1	శ్రి	శ్రీ
13	18	క్ర	క్రము
	19	జే	రే
14	21	రై	సై
16	12	తోఁడు	తోఁరు
	8	ఫు	ఫు
21	6	మియు	మి
23	7	కికి	కకు
	13	స్వ	స్నవ
24	7	ఫు	చు
25	1	ద్బూ	ద్భూ
	4	టిఁ	టి
	12	రి	రు
26	22	నర	నఱ
27	14	ప్ర	బ్ర
	16	ష్టా	ష్ఠా
28	15	టగా	టిగా

www.ingramcontent.com/pod-product-compliance
Lightning Source LLC
LaVergne TN
LVHW020121220825
819277LV00036B/525